விரும்பத்தக்க உடல்

விரும்பத்தக்க உடல்

சு.ஆ. வெங்கட சுப்புராய நாயகர் (பி. 1963)

மொழிபெயர்ப்பாளர்

பிரெஞ்சு, தமிழ், ஆங்கில மொழிகளுக்கிடையே மொழிப்பாலம் அமைத்துவருபவர். கடந்த 34 ஆண்டுகளாகப் புதுச்சேரியில் பிரெஞ்சுப் பேராசிரியராகப் பணியாற்றிவருகிறார். இதுவரை பதினொரு புதினங்களைப் பிரெஞ்சிலிருந்து நேரடியாகத் தமிழாக்கம் செய்துள்ளார்.

பிரெஞ்சுச் சிறுகதைகளின் மொழியாக்கத் தொகுப்புகள் இரண்டினையும் வெளியிட்டுள்ளார். தமிழிலிருந்து கதைகள், கவிதைகளைப் பிரெஞ்சில் மொழியாக்கம் செய்துள்ளார். குறுந்தொகை, ஐங்குறுநூறு ஆகியவற்றை முழுமையாக இவர் பிரெஞ்சு மொழியாக்கம் செய்திருக்கிறார்.

1994, 2008 ஆகிய ஆண்டுகளில் பிரான்ஸ் சென்று, அரசின் உதவியுடன் பிரான்ஸில் சில மாதங்கள் பயிற்சியும் நூலகங்களில் ஆய்வும் மேற்கொண்டவர். இவரது பிரெஞ்சு - தமிழ் மொழிபெயர்ப்புத் திட்டம் ஒன்றினை, 2018ஆம் ஆண்டு மார்ச் முதல் மூன்று மாதங்கள் பிரான்ஸில் தங்கி முடிக்க பிரெஞ்சு அரசு உதவி செய்தது.

மொழியாக்கப் பணிக்காக இவர் பெற்றுள்ள விருதுகள்:

1. மும்பை ‘ஸ்பாரோ’ அமைப்பின் ‘2020ஆம் ஆண்டுக்கான இலக்கிய விருது.’
2. பிரெஞ்சு அரசின் 2021ஆம் ஆண்டுக்கான ‘ரோமன் ரோலன் மொழியாக்க விருது.’
3. 2022ஆம் ஆண்டுக்கான ‘நல்லி - திசை எட்டும் மொழியாக்க விருது.’

கைப்பேசி: 9952146562

மின்னஞ்சல்: vengadasouprayanayagar@gmail.com

அன்பார்ந்த வாசகருக்கு,

வணக்கம்.

காலச்சுவடு நூலை வாங்கியமைக்கு நன்றி.

நூலின் உள்ளடக்கம், உருவாக்கம், அட்டைப்படம் இன்ன பிற அம்சங்கள் பற்றிய உங்கள் கருத்துகளையும் ஆலோசனைகளையும் காலச்சுவடு வரவேற்கிறது. தகவல், எழுத்து, வாக்கியப் பிழைகள் தென்பட்டால் அவசியம் தெரிவித்து உதவுங்கள். நூல் தயாரிப்பில் கடும் குறைபாடு இருப்பின் மாற்றுப் பிரதி உங்களுக்குக் கிடைக்கக் காலச்சுவடு ஏற்பாடு செய்யும்.

மின்னஞ்சல்: **publisher@kalachuvadu.com**

காலச்சுவடு நாகர்கோவில் அலுவலகத்திற்குக் கடிதம் அனுப்பலாம்.

தங்கள்
எஸ்.ஆர். சுந்தரம் (கண்ணன்)
பதிப்பாளர் – நிர்வாக இயக்குநர்

உய்பெர் அதாத்

விரும்பத்தக்க உடல்

பிரெஞ்சிலிருந்து தமிழில்

சு.ஆ. வெங்கட சுப்புராய நாயகர்

காலச்சுவடு பதிப்பகம்

CNL CENTRE NATIONAL DU LIVRE

PAP TAGORE
www.bibliofrance.in

This work is published via the Publication assistance Programme Tagore with the support of Centre National du Livre of Institut français en Inde//Ambassade de France en Inde and the Institut français de Paris.

விரும்பத்தக்க உடல் ❖ நாவல் ❖ ஆசிரியர்: உய்பெர் அதாத் ❖ பிரெஞ்சிலிருந்து தமிழில்: சு.ஆ. வெங்கட சுப்புராய நாயகர் ❖ முதல் பதிப்பு: டிசம்பர் 2018, இரண்டாம் பதிப்பு: நவம்பர் 2025 ❖ வெளியீடு: காலச்சுவடு பப்ளிகேஷன்ஸ் (பி) லிட்., 669 கே. பி. சாலை, நாகர்கோவில் 629001

virumpattakka uTaL ❖ Novel ❖ Author: Hubert Haddad ❖ Translated from the French by S.A. Vengada Soupraya Nayagar ❖ Language: Tamil ❖ First Edition: December 2018, Second Edition: November 2025 ❖ Size: Royal ❖ Paper: 18.6 kg maplitho ❖ Pages: 136

Published by Kalachuvadu Publications Pvt. Ltd., 669, K.P. Road, Nagercoil 629001, India ❖ Phone: 91-4652-278525 ❖ e-mail: publications @kalachuvadu.com ❖ Printed at Manipal Technologies Limited, Manipal 576104, Karnataka

ISBN: 978-93-86820-64-8

11/2025/S.No. 839, kcp 6118, 18.6 (2) 1k

சிந்திக்க வேண்டிய பொறுப்பு சிரசிற்கே உரியது
ஆனால், நினைவுத்திறனோ முழு உடலுக்குமானது

– ஜோசப் ழுபேர்

முன்னிகழ்வு

விரைவில் மரணமற்ற வாழ்விற்கான ரகசியம் மனிதனுக்குப் புலப்பட்டுவிடும். டர்ரிடோப்சிஸ் என்னும் ஜெல்லிமீன் வடிவில் நாம் அதை ஏற்கெனவே இயற்கை நிலையில் கண்டுபிடித்துவிட்டோம். இதயமோ மூளையோ இல்லாத இந்த ஜெல்லிமீன் முட்டையிடும் பருவம் அடைந்ததும் தன்னைத்தானே மீண்டும் குழந்தை நிலைக்கு மாற்றிக்கொள்ளும். மீண்டும் ஒருமுறை கடைசிக் கட்டம். இப்படி முடிவற்ற முறையில் நிகழும். அறிவியல் உத்தர வாதம் பெற்ற விஷயங்கள் அனைத்தும் நிச்சயமாக நிறை வேறும். உயிரியலுக்குப் போட்டியாக அமையக்கூடிய உறுப்புமாற்று அறுவைச்சிகிச்சையின்மூலம், இன்னும் சில ஆண்டுகளில், இடைக்காலக் கதைகள் சிலவற்றில் வருவதைப் போல் பூரணமான மனிதனை மீட்டுருவாக்கம் செய்ய இயலும். இதன்மூலம் (கொடுத்து வைத்தவர்களாகவோ தியாகிகளாகவோ) குறிப்பிட்ட நபர்கள் சிலர் ஒரே தலையுடன், அதுவும் அதே தலையுடன் வாழையடி வாழையாக முடிவற்ற மனித வாழ்வின் வழிகாட்டிகளாகத் தொடர்ந்து வாழலாம்.

எனினும், காதல் வயப்பட்ட உடலின் பயன்பாடுகள், உணர்வு அல்லது ஆன்மாவின் ஒத்திசைவு ஆகியவற்றைப் புரிந்துகொள்ள முற்படும் எவரும் நிரந்தரப் பரிசோதனை எலியாக மாறி, தன்னையே இந்த உடற்கூற்றுச் சோதனைக்கு உட்படுத்திக்கொள்ள வேண்டும்.

உயிரியல் பல்வகைமை அனுமதிக்குமானால் இன்னும் வெகு நாட்கள் கழித்து என்றாவது ஒரு நாள், மனித இனம் கோமாவிலிருந்து மீண்டு ஊழிக் கடிகாரத்தை மீண்டும் ஓடவைக்கும்போது, மனித இனம் உண்டாவதற்கு முன் உலகம் என்னவாக இருந்தது என்பதை அறிந்து குழந்தைகளும் முட்டாள்களும் மிகவும் வெகுளித்தனமாக வியந்துபோவார்கள்.

1

பலமுறை பார்த்து ஏறக்குறைய அலுத்துப்போன அந்த நகரம் உண்மையில் அவனுக்கு அடையாளம் தெரிய வில்லை. கட்டட முகப்புகளில் அந்திச்சூரியன் கோலமிட்டுக் கொண்டிருந்த அந்த மாலை வேளையில் அவ்வுணர்வு ஏற்பட அந்தக் குறிப்பிட்ட நேரம் காரணமாக இருக்க வேண்டும். எனினும், தனக்கென ஓர் அறை முன்பதிவு செய்யப்பட்டிருக்கும் என்ற நினைப்பில், சொலித்துயித் ஓட்டலுக்குள் இயல்பாக அடியெடுத்து வைக்கிறான். அந்த அந்திப்பொழுதில், கருநீல வானத்தை அளாவிய மலைகளின் பின்னணியில், மேற்கூரைகள்மீது விளம்பரப் பதாகைகளின் ஒளிக்கீற்றுகள் வட்டமிடுகின்றன.

கூட்டம் இன்னும் குறையவில்லை. இளஞ்ஜோடிகள், சோகம் சுமந்த வயதானவர்கள், பலவகையான மாற்றுத் திறனாளிகள், கல்லூரிப் பெண்களைப் போல் கலகலப்பாகக் காணப்பட்ட கூம்புக்குல்லாய் அணிந்த அருட்சகோதரிகள் எனப் பலர் இருந்தனர். வளைவுகளின் தூண்களின்மேல் சீறியபடி உருமிக்கொண்டிருக்கும் ஆற்றின் மீது கட்டப் பட்டிருந்த பாலத்தைக் கடப்பதற்காக நடந்தபோது, கருப்பு உடை அணிந்த ஒருவன் அந்த இருட்டான நேரத்தில் அவனுடைய தோள்பட்டையைத் தொட்டான். ஆச்சரியத்தில், துணுக்குற்றுப் பின்வாங்கியவன், "என்ன? உங்களுக்கு என்ன வேண்டும்?" என்றான். அந்தக் கேள்வியில் எச்சரிக்கையுணர்வும் வியப்பும் இருந்தன. சற்று முன்னர்தான் அந்த நபரை எங்கேயோ பார்த்த மாதிரியான உணர்வு. ரயில் நிலையத்தின் எதிரில், டாக்ஸி ஏதாவது வருமா என அந்த நபரும் இவனும் காத்துக்கொண்டிருந்து ஏமாந்தது நினைவுக்கு வந்தது. வெளிச்சம் அதிகம் இல்லாத இந்தப் பாலம்வரை அந்த ஆள் பின்தொடர்ந்து வந்திருக்க வேண்டும்.

"நீங்கள் செதெரீக் அலீன் வெபெர்சன்தானே?" என அமைதியாகத் தன் எதிரில் உள்ள செதெரீக்கிடம் கேட்டான். அந்த நேரத்தில், அவன் அணிந்திருந்த உடையில் காட்டி யிருந்த அக்கறையையும் வெளிறிப்போயிருந்த முகத்தில்

நிலைகொண்டிருந்த இறுதிச்சடங்குகளுக்கான ஏற்பாட்டாளர் ஒருவரின் கனிவானத் தோற்றத்தையும் செதெரீக் கவனித்தான்.

“என் பெயர் மாஸ்டர் புயித். வழக்கறிஞர். ஆனால், அந்த அடிப்படையில் நான் உங்களை . . .” எனத் தொடர்ந்தவன், ஏதோ சில வெற்றுக் காரணங்களுக்காக வருத்தம் தெரிவித்து, அவன் கையைப் பிடித்து நகரின் வெளிச்சமான பகுதிக்கு அழைத்துச்சென்றான். போகும் வழியில், அறிமுகமில்லாத அந்த நபர், ஒரு வியாபாரம் அல்லது பேரம் குறித்து விவரித்துக்கொண்டே வந்தான். அதற்கான இடைத்தரகராகத் தன்னை அறிமுகப்படுத்திக்கொண்டான். அவன் பேச்சு முன்பின் முரணாகவும், பீடிகை நிறைந்ததாகவும் இருந்தது. அதில், உற்சாகமும் சர்ச்சையும் மாறிமாறித் தென்பட்டன. விடுதியின் மதுக்கூடத்தில், ஒரு கோப்பை தந்த கிறுகிறுப்பில், திடீரெனத் தனது நோக்கம் பற்றித் தெளிவாக விவரித்தான். அதாவது, செதெரீக் அலீன் வெபெர்சன் என்னும் இவனுடைய பெயரை முழுமையாக விலைக்கு வாங்க வந்துள்ளான். அவ்வளவுதான். செதெரீக் தன் வம்சாவழிப் பெயரை விட்டுத்தரும்படி டெக்ஸாஸ் நகர நிதி அதிபர் ஒருவர் கேட்கிறார். “புரிகிறதா, இந்தப் பெயருக்கு இணையான பெயர் இல்லை. உங்கள் அப்பா திடீரென இறந்துபோனதிலிருந்து, நீங்கள் ஒருவர்தான் இப்பெயரைத் தாங்கிக் கொண்டிருக்கும் ஒரே நபர் . . .” வழக்கறிஞரின் வினோதமான பிடிபடாத குரல் தொடர்ந்தது. விரிவான விளக்கங்களைத் தந்துகொண்டிருக்கும் கனவுகள் மிகவும் அரிதானவை. நம் மனதுக்கு, வார்த்தைகள் தெளிவாகப் பிடிபடும்போது, வேகமாக விழித்துக்கொள்வதுதான் வழக்கம். நேர்ந்துவிட்ட அவனுடைய அப்பாவின் திடீர் மரணம்! சுதாரித்துக்கொள்ளும் நேரத்திற்குள்ளாகவே அக்காட்சி முழுவதும் பதற்றமான மயக்கநிலையில் கரைந்துபோய்விட்டது.

ரெகார் வீதியில் உள்ள அவனுடைய வீட்டுக் கட்டிலில், சற்று குழப்ப மான நிலையிலேயே செதெரீக் இருந்தான். மாறிமாறி ஒலி எழுப்பியவண்ணம் இருந்த அவசர ஊர்திதான் ஒருவிதமான இக்கொடுங்கனவிலிருந்து அவனை மீட்டது. எனினும், அதன் நிகழ்வுகள் ஏறக்குறைய தெளிவாக நினைவில் இருந்தன. விழித்துக்கொண்டதிலிருந்து பதற்றத்தோடு வாய்விட்டு உரக்கச் சிரித்துக்கொண்டே இருந்தான். அலீன் வெபெர்சன் எனும் பெயரை, அரிதாக உள்ளது என்ற காரணம் காட்டி வாங்குவதெல்லாம், என்ன ஒரு மகிழ்ச்சிகரமான அகந்தை! மிகைப்படுத்தப்பட்ட கனவுகளுக்கேயுரிய அபத்தம் அவனிடத்தில் அடக்க முடியாத அளவுக்குச் சிரிப்பை வரவழைத்தது. இக்கனவு, அவன் அப்பா இறப்பதைக் காண அவனுக்குள் இருந்த ரகசிய விருப்பம், அதன்மூலம் சர்வாதிகாரி எனும் அடையாள முத்திரையிலிருந்து விடுபடுவது ஆகியவற்றோடு தொடர்புடையதா? எல்லாக் கனவுகளும் விருப்பங்களை மறைத்துவைத்திருக்கும் என்றுதான் சொல்வார்கள். சிறிது நேரம் கழித்து, சட்டென நம்பிக்கை பெற்று, தொலைக்காட்சியில் செய்தி அலைவரிசை ஒன்றை மிகுந்த பதற்றத்துடன் பார்க்க உட்கார்ந்தான். அவனுடைய தந்தையைக் குறித்து உண்மையில் எந்தத் தகவலும் இல்லை. பொருளாதாரம் குறித்த செய்திகளின் போது மட்டும் தற்செயலாக அவரது பெயர் அடிபட்டது.

பல ஆண்டுகளாக, மோரீஸ் அலீன் வெபெர்சனோடு செதெரீக்கின் உறவு துண்டிக்கப்பட்டிருந்தது. எப்படியும் அவருடன் நேரடியான தொடர்பு எதுவும் இல்லை. இந்நிலை, திட்டமிட்டே தெரிவு செய்யப்பட்டிருந்தது. குறிப்பிடும்படியான திறமை எதுவுமில்லாத தன் வாரிசுக்கு எல்லை மீறிய சுதந்திரம், ஒருவகையில் அவனை அது அழித்துவிடவும்கூடும் என்பதால், அது அவனுக்குத் தேவையற்றது என அவனுடைய அப்பா நினைத்தார். எனவே, அந்த வயதான மனிதர் அவனுடைய வாழ்க்கையில் தன் விருப்பம்போல் குறுக்கிடவும், அத்தனைப் பூட்டுத்துவாரங்கள் வழியாகவும் கண்காணிக்கவும் செய்தார். இவை எல்லாம் விதி அவனை ஆட்கொள்ளும் முன். சித்திரவதைகள் நிறைந்த, சபிக்கப்பட்ட அவனது பயங்கரமான கதை தொடங்குவதற்கு முன்.

அப்படிப் பிறக்கக் கொடுத்து வைத்திருக்க வேண்டும். மிகவும் எதிர்ப்பாராத தடைகளையெல்லாம் கடக்க அது உதவியது என்பதை அவனே ஒப்புக்கொண்டிருந்தான். உதாரணமாக, கைவிடப்பட்ட நிலையில் உயிர்வாழவும் அல்லது உடல் எதுவும் இல்லாமல் இருக்கவும் அது உதவியது. ஆனால், விதியை வெல்ல எந்தவொரு அற்புதமான உபாயமும் இல்லை என்பதை அவனுடைய கதை நிறையவே நிரூபித்துவிட்டது. மருந்துத் தயாரிப்புத் தொழில் முன்னோடிகளான எம்.ஏ.டபிள்யூ சோதனைக்கூடத்தில் தயாரிக்கப்பட்ட மருந்துகளை உட்கொண்ட அனைவருக்கும் இது பொருந்தும்.

2

உயிரணுக்களின் அதிர்ஷ்டவசமானதொரு சங்கமத்தில் மோரீஸ் அலீன் வெபெர்சன், அவருடைய பரிதாபத்துக்குரிய மனைவி எர்குய்சன் ஆகியோருக்கு ஒரே மகனாக வாய்க்கும்போது, ரத்தச்சிவப்புக் கம்பளம் உங்கள் காலடியில் தொடர்ந்து விரித்து வைத்ததைப் போல்தான் உலகம் தெரியும். அவனுடைய பன்னிரண்டாம் பிறந்த தினத்துக்கு முந்தைய நாள் இரவு அது நடந்தது. தன் கணவன் கண்ணெதிரில் ஜன்னல் வழியாகக் குதித்து உயிரை மாய்த்துக்கொள்ளும் முன், பரிதாபத்துக்குரிய அவனுடைய தாய் தூக்கிட்டுக்கொள்ள முயன்றிருந்தாலும், இந்தச் சோகமான கதையின் நாயகன், தனக்கொரு மேன்மையான வாழ்க்கை (கொடுத்துவைத்த வாழ்க்கை என்று சொல்ல இயலாவிட்டாலும்) அமைந்திருந்தது என எவ்விதத் தற்பெருமையுமின்றி உறுதியாகக் கூறியிருக்க வாய்ப்புண்டு. நீண்டகாலமாக அவனுடைய பெயர் சாதகமாகத்தான் இருந்தது. ஆனால், திடீரென இனியும் பொறுக்க முடியாதென்று பெரும் ஆர்ப்பரிப்புடன் தன் குடும்ப உறவை விட்டு விலகி அவசரமாகத் தனக்குப் பொறுத்தமான புனைபெயரை ஏற்றுக்கொண்டான். இவ்வகையான தனித்த புனைபெயரின் ஒரு பகுதி அவனுடைய தாய்வழியில் வந்ததாகும். அவனுக்குத் தெரியாமல் அர்கோஸின் ஆயிரம் கண்களுடன் தன் தந்தையால் கண்காணிக்கப்பட்டு வந்த அண்மைக்காலம் வரையிலும்கூட, செதெரீக் எர்க் எனும் புனைபெயரோடுதான் யாராலும் கேள்விகேட்க முடியாத பத்திரிகை விமர்சகனாக அவன் வலம்வந்துள்ளான்.

இக்கதை மனித இனத்தின் எதிர்காலத்தைக் கேள்விக் குள்ளாக்காமல் இருந்தால், பத்திரிகைச் செய்தியில் இடம் பெற்ற சாதாரண சம்பவமாகப் போயிருக்கும். எனினும், இக்கதை இலக்கிய நெறிமுறைகள் சார்ந்த சில கேள்விகளைத் தற்செயலாக எழுப்புகிறது. அதாவது, பலவீனமான இதயங்களை நொறுங்கச்செய்யும் வருத்தத்துக்குரிய நிகழ்ச்சிகளை இவ்வளவு துல்லியமாக விவரிப்பதால் என்ன பயன்? தங்களிடையே உள்ள சாதாரணமான போதாமையின் காரணமாக விளக்கங்கள் புரியாமல் போனால், உண்மையாகவே அது குறித்து அவர்கள் கவலையடைவார்கள். மற்றவருடைய விதிக்கு யாரும் உத்திரவாதம் தர இயலாது. மற்றவருடைய துயரங்களுக்கோ

என்றால், கேட்கவே வேண்டாம். எனினும், யாராவது ஒரு வாசகர், தன் மூளையின் அடிஆழத்திலிருந்து, இந்தப் பாழாய்ப்போன செதெரீக் எர்க் இத்தனைக் காலமும் அனுபவிக்க வேண்டிய இன்னல்கள் குறித்துச் சிந்தித்துப்பார்க்க நேர்ந்தால் என்ன ஆகும்? விளங்கிக்கொள்ள முடியாத, இன்னும் சொல்லப்போனால் சாத்தியமில்லாத நம் மனித வாழ்வின் பரிதாப நிலையுடன், தோராயமாகவோ அல்லது குறைந்தபட்சம் மெய்நிகர் நிலையிலோ ஒத்துப்போவார். அந்த மனிதன் உண்மையில் யார் என்பது முக்கியமல்ல – இன்பத்துக்காக ஏங்கும் யாரோ ஒரு சராசரி மனிதனை எடுத்துக்கொள்வோம் – விதிவசமாய் அவனுக்கு நிகழும் தொடர் சம்பவங்கள், சாமான்ய மனிதன் ஏற்றுக்கொள்ளக்கூடியதாகவோ சகித்துக்கொள்ளக் கூடியதாகவோ இருக்க வேண்டும் என்ற அவசிய மில்லை.

சட்டத்தில் உயர் பட்டம் பெற்ற பின் அரசியல்சார் பொருளாதாரம், இலக்கிய ஒப்பாய்வு ஆகிய துறைகளில் ஆர்வம் காட்டினான். முறையான பயிற்சிகள் எனச் சொல்லமுடியாத இப்படிப்புகள் சமயக் கோட்பாடுகளுக்கு எதிரான குடும்பத்தில் வந்த இவனுக்கான பொறுப்புகளை ஏற்கும் காலத்தைக் காலவரையறையின்றித் தள்ளிப்போடவே உதவின. அதிகம் வாசிக்கப்பட்ட பிரபலமான இதழ் ஒன்றின் கட்டுரைப் பகுதியை எட்டு ஆண்டுகள் கவனித்துக்கொண்டான். தன் புனைபெயரில் ஒரு வரிகூட எழுதுவதற்கு முன்பாகவே, அலீன் வெபெர்சனின் கடைசி வாரிசான இவனுக்குப் பத்திரிகையாளர் அடையாள அட்டை எந்த சிபாரிசில் வந்தது என்று தெரியவில்லை. செதெரீக் எர்க், கணக்குத் தீர்க்க வேண்டிய விஷயங்களுக்குக் குறைவில்லை. குறியீடுகள், சம்பவங்கள் ஆகியவற்றுக்கு இடையில் வழக்கமான பல்லவிகளைக் கொண்டு சமாளிக்கலாம் என்பது ஏமாற்றுவேலையின் உச்சம் என அவன் கருதினான். ஆனால், அவனுக்கு இருந்த துணிச்சலையும் கருத்து சுதந்திரத்தையும் அவனுடைய சக ஊழியர்கள் பாராட்டிவந்தனர். பெரிய மருந்து பரிசோதனைக்கூடங்கள், பெட்ரோல் நிறுவனங்கள் போன்ற சுரண்டி வாழும் அத்தனைத் தொழிற்சாலைகளும் அவனுக்கு எதிரிகள் என்றால், அதிகார வர்க்கமோ அவனை மேலும் சந்தேகக் கண்ணோடு பார்த்தது. காரணம், சோரம்போகிறவர்கள், நிதி ஆலோசகர்கள், மற்றுமுள்ள உர நிறுவனங்களின் அதிபர்கள் ஆகியோரிடம் அவன் கடுமையாக நடந்து கொண்டான்.

புதிதாகத் தன் குழுவில் வந்து சேர்ந்தவனை அப்பத்திரிகையின் இயக்குநருக்கு மிகவும் பிடித்திருந்தது. ஒட்டுமொத்த வர்க்கத்திற்கும் துரோகமிழைக்கும் முழு உரிமையை அவனுக்கு அளித்திருந்த அவர் அவனது அடையாளத்தை வெளியிடக் கூடாது என்ற நிபந்தனையை மட்டுமே அவனுக்கு விதித்திருந்தார். “உங்கள் உயிருக்கு ஆபத்து இருப்பது மட்டுமல்லாமல், உங்கள் நம்பகத்தன்மையை இழக்கவும் நேரிடும்” என ஒருவித எள்ளலுடன் அவனை அவர் எச்சரித்தார்.

3

மின்தூக்கியில் அவனைப் பார்த்து அந்த இளம்பெண் சற்று முன்தான் வணங்கியிருந்தாள். அசௌரியமாக உணர்ந்த சுவென் கெய்சர், இடதுகால் நுனியை அழுத்திச் சரிசெய்து கொண்டு, ஓரளவு சாதாரணமாக இருப்பதைப் போன்ற தோற்றத்தை வரவழைக்கக் கழுத்தை நிமிர்த்திக்கொண்டான். சில நிமிடங்களுக்கு முன்தான், பத்திரிகை அலுவலகக் கட்டடத்தின் எதிரில் உள்ள வெர்மோன் எனும் சிற்றுண்டி விடுதியின் பணம் செலுத்துமிடத்தில் அமர்ந்திருந்தான். நல்ல வெயிலில் அவள் நகர்ந்து செல்வதைப் பார்த்தான். அவளைப் பார்வையால் பின்தொடர்ந்தான். அப்படியே ஸ்தம்பித்துப்போய் செயல் மறந்த ஆன்டிராய்ட் செல்பேசி போல் அவனது கண்கள் அவளது இடுப்பு அசைவின்மீது பதிந்தபடி இருந்தன.

செய்திப் பிரிவுக்கான அந்தப் பெரிய அறையில் சுலோவேனியாவின் வானிலை குறித்து அறிய லோர்னா லீர் அவனை அணுகினாள். பிரான்ஸ் தூதரகத்தின்மீது நடந்த கொலைவெறித் தாக்குதல் முயற்சியைப் பற்றிச் செய்திகள் சேகரிக்க அங்கு அவள் சென்றாக வேண்டும். சுவென் அருகில் ஏதோ யோசனையுடன் வந்து நின்றதிலிருந்தே, அவனது உணர்வு உள்ளிட்ட அறிவின் அத்தனை ஆற்றல்களையும் லோர்னா ஆட்கொண்டுவிட்டாள். நேரம் என்ன என்று கேட்பதைப் போல் அந்த மாடியில் இருந்த எந்தப் பத்திரிகை ஊழியரை வேண்டுமானாலும் அவள் கேட்டிருக்கலாம். ஆனால், விதி அவனைத் தேர்ந்தெடுக்கவே, திடீரென உலகிலேயே மிக அழகான பெண் அவன் எதிரில் நின்றாள். ஒரு மின்னல் அவளிடமிருந்து அவனுக்குப் பாய்ந்து, இயல்பான அனைத்து உணர்வுகளையும் தவிடுபொடியாக்கியது. காதல் உருவாவதைத் தூண்ட வேண்டுமென்றால் சிறிய அளவிலான நம்பிக்கை போதும். அதேபோல், பெரிய அளவிலான ஏமாற்றம்கூட ஒருவனைக் காதல் பைத்தியமாக்கிவிடும். பத்திரிகையாளரான அந்தப் பெண் என்றும் நினைவில் நிற்கும் ஒரு புன்னகையோடு அவனுக்கு நன்றி தெரிவித்தாள். அப்புன்னகை நினைவுப்பேழையில் பாதுகாக்க வேண்டிய வைரக்கல் போன்றது. அந்த நாள் முதல், எதிர்த்திசையில் அவள் தோன்றிவிட்டால் போதும், நொண்டிச் செல்லும் நிழலாய் அவள் போகும் இடமெல்லாம் பின்தொடர்ந்தான்.

நிறுவனத்தின் கூடங்கள், பக்கத்தில் உள்ள தெருக்கள் ஆகியவற்றில் அவள் நுழைந்தாலும், அருகில் சென்று அவள் சிகரெட்டைப் பற்றவைக்கவோ கதவைத் திறந்துவிடவோ தயாராக இருந்தான்.

இரண்டாம் தளத்தில் மின்தூக்கியிலிருந்து லோர்னா வெளியேறிய போது அவளுடைய தோள்பட்டை, முகம் ஆகியவற்றில் ஒருவித அசைவு வெளிப்பட்டது. நேரிடையாக முகத்தைப் பார்க்காமல் அவள் சென்றதால் அதனை உத்தேசமானதொரு வணக்கமாக எடுத்துக்கொள்ளலாம். அந்த மின்தூக்கியை நிரப்பியிருந்த அவளுடைய நறுமணம், அவளோடு இணைந்திருந்ததைப் போன்ற உணர்வைத் தந்தது. நான்காவது தளத்திற்கு வந்துசேர்ந்த ஸ்வென், தான் வேலை செய்யும் இடத்துக்கு வந்தான். செயற்கைக்கோள்கள் வழியாக வரும் செய்திகளின் குவியல்களில் மூழ்கியிருந்த அவனுடைய சக ஊழியர்களின் விசாரிப்புகளைக் காதில் வாங்கிக் கொள்ளவில்லை. மீண்டும் சமநிலைக்கு வரும் முனைப்பில், தன் முன் உள்ள திரையில் கடைசியாக வந்த செய்திகளை ஓடவிட்டான்.

“கலிபோர்னியாவில் உள்ள ஏரி ஒன்றின் அடியில், புதியதொரு உயிர் வடிவத்தை நாசா விஞ்ஞானிகள் கண்டுபிடித்துள்ளனர். கொடிய நஞ்சான ஆர்செனிக்கிலிருந்து உருவாகக்கூடிய ஒரு பாக்டீரியா. இது வாழும் உயிரினங்கள் குறித்து நமக்குள்ள அறிவுப்புலத்தை ஒட்டுமொத்தமாகப் புரட்டிப்போடக்கூடியதொரு கண்டுபிடிப்பு. இந்த நுண்ணுயிர்க் கிருமி, தன் டி.என்.ஏ.விலும், தன் உயிரணுக்களிலும் ஆர்செனிக் கூறுகளை உள்ளடக்கியது. இந்தப் பூமியிலும் அண்டத்திலும் இதுவரை வெளிவராத சில உயிரியல் கோட்பாடுகள் இருக்கக்கூடும் எனும் ஊகத்தை உறுதிப்படுத்தும்வண்ணம் இந்த நுண்ணுயிர்க் கிருமி வந்துள்ளது”.

“நான்சி நகருக்குட்பட்ட முக்கியக் கல்லறைகளில் பத்துக்கும் அதிகமான குட்டி சம்மனசுகள் மற்றும் கன்னிமேரி பொம்மைகளைத் திருடி அவற்றைத் தன் நாய்க்குட்டியின் அஸ்திப் பாத்திரத்தைச் சுற்றி ஒருவன் வரிசையாக அடுக்கி வைத்துள்ளான். கையும் களவுமாகப் பிடிபட்ட முப்பத்து ஏழு வயதான அந்த நபருக்கு (குற்றம் மீண்டும் ஒருமுறை இழைக்கப்பட்டால் தண்டனை நிறைவேற்றப்படும்)நிபந்தனையுடன்கூடிய ஒரு மாதச் சிறைத்தண்டனையை வெள்ளிக்கிழமையன்று நான்சி நீதிமன்றம் அறிவித்துள்ளது.”

“நைஜீரியாவின் தெற்குப் பகுதியில் பெட்ரோலிய நிறுவனங்களால் உருவாகும் மாசைப் போக்க இதுவரை கண்டிராத மாபெரும் துப்புரவு நடவடிக்கை தேவைப்படும் என ஐ.நா. சபை மதிப்பீடு செய்துள்ளது. UNEP (United Nation Environment Programme) சுற்றுச்சூழலுக்கான ஐக்கிய நாட்டுச் சபையின் திட்டக்குழுவின் ஆய்வறிக்கை வியாழக்கிழமையன்று அபுஜாவில் வெளியிடப்பட்டது:

“சதுப்பு நிலக்காடுகள் போன்ற முக்கியமான சூழல் தொகுதிகள், நீர்நிலைகள், மண், குடிநீர் ஆகியவற்றை மீண்டும் முழுமையான சுகாதாரமான நிலைக்குக் கொண்டுவர விரும்பினால், ஒகோனிலேண்டில் மேற்கொள்ளப்படும் சுற்றுச்சூழல் மறுசீரமைப்புத் திட்டம்தான் இதுவரை

உலகில் எடுக்கப்பட்ட துப்புரவு நடவடிக்கைகளில் குறிப்பிடத்தக்கதாக இருக்கக்கூடும்". இதற்கு முன் பார்த்திராத இந்தத் திட்டத்தை நிறைவேற்ற முப்பது ஆண்டுகளிலிருந்து நாற்பது ஆண்டுகள்வரை பிடிக்கும்"

"அமெரிக்க விஞ்ஞான ஆய்விதழ் ஒன்றில், தன் உடலைக் கொடையாகத் தர முன்வரும் ஒருவருக்கு மாற்றுத் தலையைப் பொருத்தும் சாத்தியம் உள்ளதாகத் தெரிவிக்கப்பட்டது. வியப்புக்குரிய இச்செய்தி வெளிவந்து இரண்டு ஆண்டுகள் கழித்து, நரம்புச் செயல் மாற்றவியலில் நிபுணத்துவம் பெற்றவரும் மருத்துவமனையின் தலைவருமான செர்ஜியோ கனோவெரோ எனும் இத்தாலிய நரம்பியல் அறுவை மருத்துவர், வரலாற்று முக்கியத்துவம் வாய்ந்த இந்தச் சாதனையை இன்னும் சில வாரங்களில் நிகழ்த்த ஆயத்தமாகிக்கொண்டிருக்கிறார். நரம்புத் திசுக்கள் நிறைந்த நார்க்கற்றைகளிடையே உள்ள தொடர்புகளை உயிர்த்தெழச் செய்யக்கூடிய வேதியல் பொருட்களின் உதவியோடு, கொடையாளி மற்றும் பெறுபவரின் தண்டுவடங்களை ஒன்றிணைக்க முடியும் என்று கணிக்கப்பட்டுள்ளது. இதன்மூலம் நரம்பு இயக்கத்தினை மீண்டும் செயல்பட வைக்க முடியும். நரம்பியல் அறுவைச் சிகிச்சை, பிளாஸ்டிக் அறுவைச் சிகிச்சை நிபுணர்கள் தவிர ஏனைய சிறப்பு மருத்துவ நிபுணர்கள் அடங்கிய கணிசமான எண்ணிக்கைக் கொண்ட ஒரு குழு, மகத்தான அந்த நாளுக்கான பணியில் ஈடுபட ஏற்கெனவே ஆயத்த நிலையில் இருந்தது."

உதட்டோரமாகச் சிறுபிள்ளைத்தனமான குறும்புப் புன்னகையுடன், ஸ்வென் உடனடியாகக் கதாவெரோ எனப் பெயரை மாற்றி எழுதினான். ஒரே ஒரு எழுத்து மாறினால் போதும். அச்சுப்பிழை என்று இதற்குப் பெயர். பெருந்தன்மையுடனோ, இயலாமையின் காரணமாகவோ யாரும் அவன்மீது குற்றம் சாட்டாமல் இருக்கும்படிப் பார்த்துக்கொள்வான். சில செய்திகளில், இப்படி ஜோடிப்பதில் அவனுக்குக் குறும்புத்தனமானதொரு அற்ப சந்தோஷம் கிடைத்தது. பத்திரிகையின் நிர்வாகியிலிருந்து, இரண்டு மெய்யெழுத்துகள் கொண்ட ஏறக்குறைய அத்தனைச் செய்திப் பிரிவு ஊழியர்களின் பெயர்கள், வினை எச்சங்கள், வினைத் தொடர்கள் ஆகியவற்றில் இப்படி கைவைத்துச் சின்னச் சின்ன சந்தோஷமடைவான். இதற்கு இவனிடமிருந்த அசாத்தியமான எழுத்துக் கோர்வை ஆற்றல் துணைநின்றது. இணைய ஆய்வு, கண்காணிப்பு ஆகியவற்றில் பயிற்சியும், தரவுகளின் மூலங்களைச் சரிபார்த்து, அதிகபட்ச அளவில் நம்பகமான தகவல்களை இனங்காண்பதில் திறமையும் அவனுக்கு இருந்தன. அவற்றின் உதவியுடன் அனுமதி கிடைத்தவுடனேயே, லோர்னா லீரின் இணையத் தொடர்பு அந்தரங்கங்களைத் துழாவும் வேலையில் சுவென் இறங்கினான். ஆனால், தொடர்ந்து அவனுக்கு ஏமாற்றமே மிஞ்சியது. அவளுடைய தகவல் பக்கத்தில் நகைப்புக்குரியதாகவோ, பரபரப்பாகவோ மனதை நெகிழச் செய்யும்படியோ எந்தச் செய்தியும் கிடைக்கவில்லை. அவளுடைய வேறொரு வாழ்க்கையில், கேபரே நடன மாதாகவோ, நீச்சல் வீராங்கனையாகவோ அவளைப் பிறந்தமேனியாகப் பார்க்கவே அவன் பெரிதும் விரும்பினான். மீண்டும் மீண்டும் தான் ஆய்வு செய்த படங்களை வைத்துப் பார்த்தபோது, அத்தனைப் படங்களிலும் பல்வேறு சூழ்நிலையில் அவளருகில் இருப்பது ஒரே நபர்தான் எனத்

தோன்றியது. புதிதாக வந்துசேர்ந்திருந்த பத்திரிகையாளரை நோக்கி இலக்குக்குறியைத் திருப்பினான். அந்த நபரின் அடையாளத்தைக் கண்டுபிடித்தான். அவனுடைய பெயர் செதெரீக் எர்க். விவாதப்பொருள் குறித்த பத்தி எழுதுபவன். லோர்னாவின்மீது தனிப் பார்வை செலுத்தும், 180 செ.மீ. உயரத்தில் கோட் சூட் அணிந்த ஒரு நபர். பொறாமையால் புகைந்த சுவென், உடனடியாக அந்தப் பத்திரிகையாளர்மீது டிஜிட்டல் கணைகளைத் திருப்பினான். போதிய உபகரணங்களை வைத்திருக்கும் நல்ல விசாரணையாளன் ஒருவன் இணையத்தில் ஏதாவது முக்கிய ரகசியங்கள் சிலவற்றைக் கண்டுபிடித்துவிடுவான். அது ஒரு தேவதையாக இருந்தாலும் சில இறகுகள் மூலம் தெரிந்துவிடும். எனினும், இந்த நபர் எதற்கும் அஞ்சாத குற்றமற்ற சமூகச் சீர்திருத்தவாதி எனும் பிம்பத்தைக் கட்டமைத்திருப்பதாகத் தோன்றியது. முடிந்தவரை பல ஆண்டுகள் பின்நோக்கி நகர்த்தித் தேடியபோதிலும், செதெரீக் எர்கின் தடயங்கள் முன்னதாகவே மறைந்துபோயிருந்தன. முன்னாள் மாணவர்கள், கடந்தகால நண்பர்கள் என எந்த வலைதளத்திலும் எதுவும் கிடைக்கவில்லை. அதிகம் புழக்கத்தில் இல்லாத இப்பெயரின் பொருள், எர்கெட்டிசம் எனும் நோயிலிருந்து வந்திருக்கலாம். இப்பெயர் உண்மையிலேயே இவனைத் திக்குத் தெரியாத காட்டில் அலையவைத்தது. ஒருகாலத்தில், மருத்துவத் தொழிற்சாலைகளின் நிதி உதவியால், நோயாளிகள் சங்கம் ஒன்று இயங்கியுள்ளது. இச்சங்கத்தைச் சேர்ந்த இறந்துபோன பெண் ஒருவரின் அந்தரங்கக் கோப்பினை ஸ்வென் தற்செயலாகக் கண்டுபிடித்தான். இது, தன் மூளையின் புலனுக்கெட்டாத அற்புதமான அமைப்பின் காரணமாகத்தான் நடந்தது என நம்பினான். விமர்சகரான அந்த நபர் குறித்தும், மோரீஸ் அலீன் வெபெர்சனுடன் சாத்தியமாகக்கூடிய உறவு முறைகள் குறித்தும் நிச்சயமாகச் சில விஷயங்கள் அதில் இருந்தன. இம்முறை, நாட்காட்டிகளும் முகவரிகள் அடங்கிய கையேடுகளும் அவனுடைய வாழ்க்கைக் குறிப்புகளைச் சுட்டியதுடன் ஒரு பாட்டையில் கொண்டுபோய் அவனை நிறுத்தின. அதில், எர்குய்சன் எனும் முதல் மனைவியும், செதெரீக் என்ற ஒரே மகனும் உள்ளனர் என்பது தெரிந்தது. இந்தத் தரவுகளை உறுதிப்படுத்த, இவற்றை ஒப்பிட்டுப்பார்க்க வேண்டும் என்பதுதான் சுவென் செய்ய வேண்டிய வேலையாக இருந்தது. வஞ்சம் தீர்ப்பதென்று முடிவெடுத்தான். எத்தகைய துரோகி அல்லது ஒற்றனுடன் மையலில் உள்ளாள் என்பதை விரைவில் லோர்னா லீர் புரிந்துகொள்ளத்தான் போகிறாள்.

4

இதுவரையில், பத்தி எழுதும் நபருக்கும் எம்.ஏ.டபிள்யூ. நிறுவனத்திற்குமான தொடர்பை அவனுடைய சக ஊழியர்கள், வாசகர்கள் என யாராலும் நிறுவ இயலவில்லை. முற்றிலும் மறந்துபோன தன் தாய்வழித் தொடர்பைத் தவிர்த்து, கற்பனைக்குள் அடங்கக்கூடிய தன் பழைய அடையாளத்துக்கான அத்தனைத் தொடர்புகளையும் அவன் துண்டித்துவிட்டான். சமூகத்தில் யாருடனும் இயல்பாகக் கலந்து பழக மறுக்கும் அஸ்பெர்ஸர் சின்ட்ரோமால் பாதிக்கப்பட்ட ஒரு விசாரணை அதிகாரியைத் தவிர, வேறு யாராலும் செதெரீக் எர்குக்கும், எல்லோருடைய நினைவிலிருந்தும் எப்போதோ மறைந்துபோன தொழிலதிபரின் முதல் மனைவிக்கும் தொடர்பினை உண்டாக்கிப் பார்க்க முடியாது. தன் நிறுவனங்களின் தலைமையகம் இருந்த ஜெனீவாவில் வசித்துவந்த மோரீஸ் அலீன் வெபெர்சன், இரண்டு அல்லது மூன்று முறை மறுமணம் செய்துள்ளார். அவரது நோக்கங்களை முன்பே ஊகித்து செதெரீக்கின் தாய் மட்டும் பரிதாபகரமான முடிவெடுக்காமல் இருந்திருந்தால் 25 ஆண்டுகளுக்கு முன்பாகவே அவரையும் விவாகரத்து செய்யத் தவறியிருக்க மாட்டார்.

புதிய கண்ணாடிகள், சிறிய தாடி இவற்றோடு ஒரு வித்தியாசமான முகத்தை செதெரீக் அமைத்துக்கொண்டான். ஆண்டுகள் உருண்டோடின. பணக்காரர்களிடம் கிடைக்கக் கூடிய ஏதோ ஒரு பரஸ்பர சலுகையை எதிர்பார்த்துப் புகழ்ச்சி வார்த்தைகளால் அவனை யாரும் இப்போதெல்லாம் நச்சரிப்பதில்லை. மேலும், அவனே இப்போது ஏழையாகி விட்டான். ஏறக்குறைய பை காலியாக இருந்தது. ரூய் தெ ரெகார் என்ற தெருவில் 1000 சதுர அடி உள்ள இடத்துக்கான வாடகையைச் செலுத்தவும், சிறந்த சிங்கில் மால்ட் விஸ்கிகளை அருந்தவும் மட்டுமே அவனுடைய பொருளாதாரநிலை போதுமானதாக உள்ளது. அவனோடு வாழ்பவள் அவனது சுதந்திரமான வாழ்க்கையைக் கண்டு பொறாமை அடைந்த போதிலும், அவர்களுடைய வாழ்க்கைமுறை குறித்த குறை எதுவும் அவளுக்கு இல்லை. ஓரளவு பிரச்சினைக்குரிய களத்தில் நின்று பணியாற்றும் பத்திரிகையாளராக, பாரீஸ் நகரின் பெரிய பத்திரிகை நிறுவனத்துக்கு அவ்வப்போது நிருபராகப் பணியாற்றிவந்த லோர்னா லீருக்குச் செதெரீக்கிடம்

இருந்த ரகசியம் அறியும் ஆர்வம் குறித்துக் கவலையில்லை. அவளைப் பொறுத்தவரை, தன் காதலனுக்கு 'செலக்டிவ் அம்னீஷியா' உள்ளது என நினைத்தாள். அதாவது தான் கூறும் ரகசியங்களில் சிலவற்றை மட்டும் மறந்துபோகிறான் எனக் கருதினாள். செதெரீக்கின் குழந்தைப் பருவம் குறித்து அரைகுறையாக இந்த இளம்பெண் அறிந்துகொண்டாள். சுதந்திரமாக இருக்க வேண்டும் என்ற தாகம் ஒருபுறம் இருந்தாலும், ஒத்துப்போகும் இயல்பும் கொண்ட அவள், அவனிடம் மென்மையான காதலையும் இறுக்கமான அரவணைப்பையும் தவிர வேறு எதையும் எதிர்பார்க்கவில்லை.

அடிக்கடி மாறக்கூடிய நம் விருப்பத்தில், நுட்பமான படிநிலைகள் உள்ளன. கனவுகள் அல்லது மேகங்கள்போல் காதல் என்பதும் வருவதும் போவதுமாக இருக்கும். இப்படித்தான் லோர்னாவின் இடது காதின் கீழ், அவளுடைய கழுத்தில் இருந்த அந்த மச்சத்தைப் பார்த்த அடுத்த நொடியே அவளைப் பெரும் மோகத்துடன் அவன் நேசிக்கத் தொடங்கினான். இதை எப்படி விளக்கலாம்? அது ஒரு கோடைக்கால இரவு நேரம். புளோரன்ஸ் நகரம். தொடக்க நிலையில், சூழ்நிலையால் உந்தப்பட்ட, காதலர்கள் வலிந்து ஈடுபடும் வரம்புமீறிய செய்கையைப் போல் இல்லாமல், உடலுறவைச் சுகமாக முடித்திருந்தார்கள். அடர்த்தியான அவளுடைய பொன்நிறக் கூந்தலை ஒதுக்கிய செதெரீக்குக்கு இனம் புரியாத கலக்கம். வேறு விளக்கங்கள் எதுவுமின்றித் திடீரென இந்தப் பிரபஞ்சத்தின் அர்த்தம் அவனுக்குப் பிடிபட்டுவிட்டதைப் போன்ற உணர்வு. கண்களில் நீர் கோர்க்க, லோர்னாவின் கழுத்தில் அந்த இடம் பார்த்து முத்தமிட்டான். இதே போன்றதொரு தருணத்தை, பரிதாபத்துக்குரிய யாரோ ஒரு சாமான்யனுக்கு, காலம் எத்தனை முறை குறித்து வைத்திருக்குமோ அத்தனை முறையும் ஏற்கெனவே தான் அனுபவித்துவிட்டதாக உணர்ந்தான். இளம்பெண் எதையும் பார்க்கவில்லை. அவனது தேகத்தோடு ஒட்டியபடி, சுருண்டு உறங்கிக்கொண்டிருந்தாள். அயர்ந்து தூங்கும் இந்த உடல், ஒரு மச்சத்தின் காரணமாக, உணர்வுபூர்வமாக மாபெரும் மதிப்பைப் பெற்றுவிட்டது. ஏதோ அடையாளத்தின் ரகசியம் வெளிப்பட்டுவிட்டதைப் போல் தற்செயலாக அவளுடைய இடது காது மடலின் கீழ்ப்பகுதி அவனை ஆச்சரியத்தில் ஆழ்த்தியதே, அந்த அற்புதமான லோர்னாவை அவளுக்காகக் காதலித்தானா? யாரும் உண்மையில் காதலிக்கப்படுவதில்லை. காரணம் அசாதாரணமான அதே பிடிவாதத்துடன் வேறு முகவரியில் வேறு நபரைப் பார்க்கத் தொடர்ந்து சென்று கொண்டிருக்கிறோம் என நினைத்தவன் அவளுடைய கூந்தலில் முகம் புதைத்துச் சிறிது நேரத்தில், அவனும் உறங்கிப்போனான்.

5

பாதி மூடியிருந்த ஜன்னலின் இரும்புச் சட்டங்களின் மீது சீறிப்பாயும் அருவியின் சத்தத்துடன் திடீரெனச் சில பனிக்கட்டிகள் விழுந்து சிதறின. செதெரீக்குக்குச் சட்டென அவன் கண்ட கெட்ட கனவு நினைவுக்கு வந்தது. மங்கிய வெளிச்சத்தில் பாலம். இறுதிச் சடங்குகளின் அமைப்பாளர் போன்று நடந்துகொண்ட இடைத்தரகர். லோர்னாவின் உடல்தோற்றம் உட்பட எல்லாவற்றையும் அவன் இழந்துவிட்டான். அவனுடைய ஆன்மாவின் துடிப்பான உணர்வாகவோ அவனது மூளையின் ஏதோ ஒரு நினைவு அடுக்கிலோ இதுவரை அவள் இருந்துவந்தாள், இருக்கிறாள். கலைந்திருந்த கட்டிலின்மீது, முழுதாக உடுத்தியிருந்த அவன் ஓய்வெடுத்துக்கொண்டிருந்தான். கண்கள் மேற்கூரையின்மீது பதிந்திருக்க, அதிக ஓசையுடன் பெய்யும் மழையால் வெளியில் மங்கியுள்ள வெளிச்சத்தைப் பார்த்தான். இந்தச் சம்பவத்தை எப்படிச் சுருக்கமாக விளக்குவது? லோர்னாவைச் சந்தித்த நாள்முதல் ஒரு சமநிலை கிடைத்துவிட்டதாக உணர்ந்தான். அடையாளங்குறித்த கேள்விகள் எழுவது நின்றுபோனது. வாரம் இருமுறை எழுதும் பத்திக்காக அவன் மேற்கொள்ள வேண்டிய விசாரணை காரணமாகப் பல்வேறு அழுத்தங்களையும் அச்சுறுத்தல்களையும் சந்திப்பதை ஏறக்குறைய தவிர்க்க முடியாமல்போனது. எனவே, அவன் முழு உறுதியுடன் செயல்பட வேண்டிய கட்டாயத்தில் இருந்தான். தோராயமான வதந்திகளின் பின்னணியில் எழும் குற்றச்சாட்டுகளை அடுக்குவதில் ஒருபோதும் செதெரீக் திருப்தியடைந்ததில்லை. மாறாக, மறுக்க முடியாத சான்றுகளைத் தருவான். யுரேனியம் எடுக்கப் புதிய சுரங்கங்கள் வெட்டுவதன்மூலம் ஒட்டுமொத்த மக்களையும் கொன்றுவிடக்கூடிய அபாயம் இருப்பது குறித்து எல்லோருக்கும் தெரியும். ஆனால், செதெரீக் மட்டும் அதிகாரபூர்வ அறிக்கைகளையும் பெயர்களையும் வெளியிட்டான். மருந்து தயாரிப்பு நிறுவனங்கள்தான் அவனுக்குப் பிடித்தமான இலக்கு. அரசு வழக்குரைஞர் ஏற்பாடு செய்யப்படும் என்ற சமிக்ஞைகளை அந்த நிறுவனங்கள் தொடர்ந்து அவனுக்கு அனுப்பியவண்ணம் இருந்தன. வழக்குகள் தொடரப்படும் என்ற அச்சுறுத்தல்களும் ஏனைய மிரட்டல்களும் அவனுடைய அமைதியை எவ்விதத்திலும் குலைக்க இயலவில்லை. அவர்கள், நிச்சய மாகத் தன்னை வேவுபார்த்தார்கள் என்பதை அவனால் உறுதியாகக் கூற முடியும். அவனுடைய தனிமனித நேர்மையைச் சிதைக்கவும்

அவர்கள் முயன்றுபார்த்தார்கள். அது உண்மை இல்லையென்றால் அசாதாரணமானதொரு தற்செயல் நிகழ்வாகத்தான் அதைக் கருத முடியும். சில நாட்களாகவே, முன்னெச்சரிக்கையாகச் சிலவற்றைக் கடைப்பிடித்துவருகிறான். துப்பாக்கி ஒன்றை வைத்திருக்க அனுமதி பெற்றுள்ளது, வெளியே சென்றுவர வாடகைக் கார்களைப் பயன்படுத்துவது போன்ற நடவடிக்கைகள் அவனுடைய வழக்கமான வாழ்க்கையைப் பெரிதாக மாற்றிவிடவில்லை. ஒரு தொழில் என்றால் அதில் உள்ள அபாயங்களும் அதனுள் அடங்கும். தொழிற்சாலை, நிதி, அரசியல் தொடர்புடைய சதி குறித்த விசாரணையில் ஈடுபடுவது என முடிவெடுத்த மாத்திரத்திலேயே, தனக்கெனக் காத்திருக்கும் அபாயங்கள் பற்றி ஒரு பத்திரிகையாளனுக்குத் தெளிவாகத் தெரியும். மேலும், லோர்னாமீது அவன் கொண்டுள்ள பெரும் காதல் அவனுடைய பணியை எவ்விதத்திலும் பாதிக்கவில்லை. அவளுடைய உடல்மீது இருந்த மோகம் அந்த அளவு அவனை ஆட்கொண்டிருந்தது. காரணம், நாள் முழுவதும் அவன் கண் முன் அவளுடைய நிர்வாணம், அவளுடைய முகம், காது மடலின் கீழுள்ள அந்த மச்சம் என அதே காட்சிகள்தான் நிறைந்திருந்தன.

அவனுடைய அப்பாவுக்குத் தகவல் தருபவர்கள், அவருடைய நிர்வாகிகள், அவர்கீழ் பணிபுரியும் பலதரப்பட்டவர்கள் என எல்லோரும் தங்கள் பணியில் மும்முரம் காட்டியபோதிலும், அவனை ஓரளவு தொந்தரவு செய்யாமல் அவனுடைய அப்பா விட்டுவிட்டார்.

இவை அனைத்தும் வசந்தகாலத்தின் தொடக்க நாட்களில்தான் நடந்தன. சோகம் அல்லது அந்தரங்கமான சம்பவம் நடைபெறும் என விதியின் எந்தத் திசையும் முன்னதாக அறிவிப்பதில்லை. ஒரு சிறிய முன்னெச்சரிக்கை ஒலிகூட ஒலிக்கவில்லை. மாறாக, செதெரீக் எர்க் ஆனந்த வெள்ளத்தில் நீந்தியபடி இருந்தான். ‘எவாஸியோம்’ என்ற பெயரைத் தாங்கிய கப்பலுக்குள் நல்லதொரு துணையுடன் பயணித்துக் கொண்டிருந்தான். எட்டு நாள் பயண தூரத்தில் அத்தேனுக்கும் சிக்லாதுக்கும் இடையில் பாய்ந்து சென்றுகொண்டிருந்த அந்த உல்லாசக் கப்பல் 5 பாய்மரங்களைக் கொண்டது. ஒருவழியாக அனைத்து அலுவல்களையும் மறந்து ஓய்வெடுக்கலாம் என நினைத்தான். அது ஒரு மாலை நேரம். பாரோஸ் தங்கத்தீவின் எதிரில் உள்ள மலைச்சாரல்களை நெருங்கும் கப்பலின் மேல்தளத்தில் அவர்கள் நின்றுகொண்டிருந்தனர். “லோர்னா, நீ எப்போது விரும்புகிறாயோ, உன்னைத் திருமணம் செய்துகொள்கிறேன். நீதான் என் வாழ்க்கையின் அன்புத்துணை”. எதைப் பற்றியும் சிந்திக்காமல், குறிப்பிட்ட ஒரு நொடியில் ஏற்படும் உத்வேகத்தில் பேசினான்.

அந்த இளம்பெண் உடனடியாகப் பதில் எதுவும் சொல்லவில்லை. கருநீலக் கண்கள் அவனையே உற்றுப் பார்த்திருக்க, சோகமானதொரு புன்னகையுடன் அவனுடைய கைகளை அவள் பற்றினாள். கப்பலின் முன்தளத்தில் பணியில் ஈடுபட்டிருந்த ஊழியர்கள் சிறு புள்ளிகளாகத் தெரிந்தனர். அத்தேன் துறைமுகத்திலிருந்து புறப்பட்டபோது தவறுதலாக இடித்ததால் ஏற்பட்ட பாதிப்புகளைச் சரிசெய்தபடியும் பாய்மரங்களைக் கட்டியபடியும் இருந்தனர். கடல் காற்று தாலாட்ட, கேலிப்பாடலும் கடற்புறாக்களின் கூச்சலும் கலந்தொலித்தன.

கடைசியில் அவள், "நாம் பிரியப்போகிறோம். நான் என்னவோ அப்படித்தான் நினைக்கிறேன்" என நம்பிக்கை குறைந்த தொனியில் பதில் அளித்தாள்.

அவள் உண்மையைத்தான் பேசுகிறாள் என்பதை அவளுடைய பார்வையிலிருந்து அவன் தெரிந்துகொண்டான். அந்தப் பதில் அவனுக்கு ஒருவித அதிர்ச்சியைத் தந்தது. அது மிகவும் சக்தி குறைந்து சற்றே பொய்யானதாக இருந்தாலும், உள்ளுக்குள் எதையும் இதுவரை நிகழ்த்தாமல் இருந்தாலும் அவனை எப்படியும் அழிக்கப்போவதுபோல் இருந்தது. தொலைவில் தெரியும் தோராயமான சூழ்ச்சியின் முகட்டை எப்படியோ பார்த்துவிட்டதைப் போல் உணர்ந்தான். கப்பலின் ஆட்டம் காரணமாகக் கொஞ்சம் தடுமாறியவன் பதில் ஏதும் கூறாமல், கப்பலின் முன்பக்கத்தில் இருந்த பாய்மரத்தைச் சுற்றித் தள்ளாடியபடிச் சென்றான். சாரலில் நனைந்திருந்த அந்த இடத்தைக் கப்பலை இயக்குபவர்கள் காலி செய்திருந்தனர். மேல் தளத்தின் முன்பக்கத்தில் இன்னமும் மும்முரமாக வேலை நடந்துகொண்டிருந்தது. திடீரென, கண்காணிப்புமேடை இருக்கும் இடத்தில் பயங்கரமான விரிசல் சத்தம் கேட்டது. உதடுகளின் இடுக்கில் சிகரெட்டுடன் இருந்த செதெரீக்குக்கு ஏதோ ஒன்று பிய்ந்துபோகும் சத்தம் காதில் விழுந்தது. இதனுடன் பயங்கரமான கிரீச் ஒலியுடன் சேர்ந்து, முதுகின்மேல் விழுவதை உணர்ந்தான். ஒருவித சில்லிப்பான உணர்வைப் பெற்றதுபோல் அந்தச் சத்தத்தின் வீச்சு இருந்தது. தன் புலன்கள் அனைத்தும் ஒரேயடியாக உள்ளுக்குள் வெடித்துச் சிதறுவதுபோல் இருந்ததில், சிரச்சேதத்திற்கு உட்படுபவர், அந்தக் கத்தி விழும்போது உணரும் கடைசி நொடிகளை நினைத்துப்பார்த்தான். கடலின் பேரிரைச்சல், கடற்பறவைகளின் கூச்சல்களோடு அவனுடைய கூக்குரலும் சேர்ந்துகொண்டது. ஆனால், மரத்தாலும் இரும்பாலுமான முட்டு ஒன்று கண்காணிப்பு மேடையிலிருந்து சரிந்து விழுந்ததைப் பார்த்த கப்பல் ஊழியர்கள், இவற்றைக் காட்டிலும் அதிகச் சத்தத்துடன் கூச்சலிட்டனர்.

பயணிகளும், கப்பலின் ஊழியர்களும் பாய்மரத்தின் அடிவாரப் பகுதியை நோக்கி ஓடினார்கள். கடல் நுரையில் மூழ்கியபடி இருந்த கால்களுடன் காணப்பட்ட காயமடைந்தவரை நோக்கி அதற்குள் கைகள் நீண்டன. விபத்தில் சிக்கியிருந்தவர்மீது கிடந்த பெரிய எஃகுத் துண்டை யாரும் தொட வேண்டாம் என அதிகாரி ஒருவர் எச்சரித்தார். நல்ல வேளையாக, அங்கிருந்த பயணிகளில் ஒரு மருத்துவர் இருந்தார். அப்போது ஏற்பட்டிருந்த அதிர்ச்சியில், மூச்சடைத்து, தன் மிடுக்கை இழந்த லோர்னா, வலியில் விசும்பினாள். இங்கே முதலுதவி சிகிச்சைகள் நடந்துகொண்டிருக்கும்போது, லோர்னாவை அவளுடைய அறைக்கு அழைத்துச்செல்ல பணிப்பெண் ஒருவரிடம் ஒப்படைக்கப்பட்டாள். ஒரு மணிநேரம் கழித்து, கடற்படை காவல்துறையைச் சேர்ந்த மீட்புப் படகின் மூலம் பாரோஸ் தீவிற்குக் கொண்டுவரப்பட்ட செதெரீக் எர்க்கை அத்தேனில் உள்ள மருத்துவமனையை நோக்கி ஹெலிகாப்டர் ஒன்று சுமந்துசென்றது.

6

முன்னெச்சரிக்கையாக, மயக்க மருந்தியல் மருத்துவர்களும் அறுவைச்சிகிச்சை நிபுணர்களும் ஒருவர்பின் ஒருவராக அறுவைச்சிகிச்சைக் கூடத்திற்கு அழைக்கப்பட்டிருந்தனர். இத்தனை அவசரப் பணிகளும் தோல்வியில்தான் முடியும்போல் தோன்றியது. எனினும், மூளையின் இயக்கம் ஓரளவு செயல்படுவதை நரம்பியல் ஸ்கேன் உறுதி செய்தது. செயற்கை சுவாசத் துணையுடன் சிகிச்சை பெற்றுவந்த இந்த நபருக்குப் படுகாயங்களும், எலும்புமுறிவுகளும் ஏற்பட்டிருந்தன. பல மருத்துவ நிபுணர்களிடம் பெற்ற கருத்துகளின் அடிப்படையில், முதுகுத்தண்டுக் காயத்திற்கு சிகிச்சையளிப்பதில் நிபுணர்களான இரண்டு மருத்துவர்கள் உடனடியாகச் செய்ய வேண்டியதைக் குறித்து யோசித்தனர். தண்டுவடத்தை விடுவித்து, முதுகுத் தண்டை நிமிர்த்தியாக வேண்டும். ஆனால், கழுத்துப் பகுதியில் இரண்டு இடங்களில் பிய்ந்திருப்பதால், பயனுள்ள நடவடிக்கைகள் ஏதையும் மேற்கொள்வதில் தாமதமானது. ஒரு கட்டத்தில் அவசரப் பிரிவின் பன்நோய் மருத்துவர் பேராசிரியர் ஆந்திரியாஸ் ஆக்னோ, உரத்த குரலில் மருத்துவ மனையின் ஊழியர்களை முடுக்கிவிட வேண்டியிருந்தது. நரம்பியல் அறுவைச்சிகிச்சையாளர்கள் தற்காலிகமாக வெளியேறியவுடன் மூன்று குழுக்கள் ஒன்றன்பின் ஒன்றாக உள்ளே வந்தன. எலும்புமுறிவு அல்லது புண்பட்ட உறுப்பும்கூட ரத்த ஓட்டத்தை நிறுத்தி உயிரைக் கொல்லக்கூடியதாக மாறிவிடும். கிலாஸ்கோ அளவுகோலில் மிகவும் தாழ்நிலை யிலான, செயற்கைக் கோமாவில் வைக்கப்பட்டுள்ள நோயாளி, பெரும்பாலும் அதிலிருந்து மீள மாட்டார்.

தன் அங்கியைக் கழட்டி அருகில் இருந்த தொற்றை நீக்குவதற்கான பெட்டியில் போட்டபடி, “அதிகபட்சம் இதைத்தான் இவருக்கு நான் செய்ய முடியும்” என்று ஆந்திரியாஸ் ஆக்னோ நினைத்தார்.

அவருடைய சக மருத்துவர் எமிலியொ பான்ஸி, வெளிப்படையாக "இவர் கதை அவ்வளவுதான்" என்றார். சிசிலி நாட்டைச் சேர்ந்த இளம் மருத்துவரான இவரை, நோய் எதிர்ப்புத்துறையில் இவருக்குள்ள திறமைக்காக அத்தேன் பல்கலைக்கழக மருத்துவமனை அமர்த்தியுள்ளது.

தலைமை அறுவைச்சிகிச்சை நிபுணரிடம் ஏதோ பதற்றமான அசைவு தெரிந்தது. ஆனால், அதே வேகத்தில் அவருடைய கை, கீழே இறங்கியது.

"உண்மைதான்" அவர் உயிர்ப் பிழைத்தால், அவருக்கும், அவரைச் சுற்றியுள்ளவர்களுக்கும் மிகவும் கொடுமையாக இருக்கும். ஆனால், அந்த ஒற்றை இலக்கை நோக்கி அனைத்து முயற்சிகளையும் செய்து பார்ப்பதுதான் நம் வேலை இல்லையா?"

எமிலியோ பான்ஸி, புருவத்தை உயர்த்திய கிரேக்க மருத்துவரைப் பார்த்து, அவர் எதையும் எதிர்ப்பார்க்கவில்லை என்பதையும் புரிந்து கொண்டார்.

"ஆங்கிலம் பேசுவீர்களா?" எனக் கேட்ட ஆந்திரியாஸ் ஆக்னோ, "அப்படியானால், வெளியே வரவேற்பறையில் காத்திருக்கும் மிஸ் லீரைப் போய்ப் பாருங்கள். எது நல்லது என்று உங்களுக்குத் தோன்றுகிறதோ அவரிடம் அதைச் சொல்லுங்கள். நம்பிக்கையூட்டுவதும் நம்பிக்கையை இழக்கச் செய்வதும் சில நேரங்களில் ஒரே மாதிரியாகத்தான் இருக்கும்".

செயற்கை சுவாசம் தரும் அறைக்குச் செல்ல அறுவைச்சிகிச்சைக் கூடத்தில் இருந்து செதெரீக் எர்க்கினை வெளியே கொண்டுசென்றபோது அதிகாலை இரண்டு மணி இருக்கும். சற்று முன்தான் முந்தைய தினம் மோட்டார் விபத்தொன்றில் சிக்கிக் காயமடைந்தவரின் உடலை அங்கிருந்து அப்புறப்படுத்தியிருந்தார்கள். விதவையாகக்கூடிய பெண்ணுக்கு இச்செய்தியைத் தெரிவிக்க வேண்டிய தர்மசங்கடமான நிலை அந்த இளம் அறுவைச்சிகிச்சை மருத்துவருக்கு ஏற்பட்டது. அதிகக் காற்றோட்டமில்லாத வசதி குறைந்த இடத்தில் பல மணிநேரத்தைக் கழித்த பின்னும் அசரவைக்கும் அழகோடு இருந்த இப்பெண் மருத்துவர் தெரிவித்த முடிவைக் கண் இமைக்காமல் கேட்டாள். இத்தகைய மோசமான சூழ்நிலைகளில் அற்புதங்களுக்கும், எவ்விதக் கற்பனைகளுக்கும் இடம் தராமல் இருக்க மருத்துவருக்குத் தெரிந்திருந்தது. எனினும், மருத்துவ ரீதியாக மரணம் நிச்சயம் என அவருக்கு உடனடியாகத் தோன்றியது. பாதிக்கப்பட்டவரின் உடல்நிலை குறித்தும், அவருக்கு மேற்கொண்ட சிகிச்சைகள் குறித்தும் வழக்கமாகக் கூறப்படும் வாக்கியங்களைச் சொல்லி முடித்த பின்,

"இந்த இரவை இவர் கடப்பார் என்பது எனக்கு சந்தேகம்தான்" என்று அமைதியாகத் தெரிவித்தார். கருநீல நிறத்தில் இருந்த லோர்னாவின் கண்கள் வினோதமாக வெளிறிப்போயின.

தன் காதலனின் இதயத்தைக் கண்களின் கருமணிகள் ஊடுருவ,

"அவன் உயிரோடு இருப்பான்" என முணுமுணுத்தாள்.

“இருந்தாலும் அவருடைய நிலைமை நம்பிக்கையளிப்பதாக இல்லை” என்று மருத்துவர் முந்திக்கொண்டார்.

“இப்போதைக்கு அவன் இறப்பது என்பது முடியவே முடியாது!” இளம்பெண்ணின் தொனி எந்தவொரு மறுமொழியையும் அனுமதிப்பதாக இல்லை.

கண்ணாடியின் வழியாகத்தான் முடியும் என்றாலும் பரவாயில்லை, உடனடியாகத் தன் காதலனைப் பார்க்கவிடுமாறு அவள் கேட்டிருந்தாள். இப்படியொரு அதீத அழகை எப்படித் தவிர்க்க முடியும் என எமிலியொ பான்ஸிக்குத் தெரியவில்லை. அப்படியே பணிந்து, கட்டுண்டவர்போல் ஏறக்குறையத் தன்னை அறியாமலேயே விதிகளை மீறி லோர்னாவை அவசரப் பிரிவின் 27ஆம் எண்ணிட்ட அறைக்கு அழைத்துச் சென்றார். அவள் எதுவும் பேசாமல், பிளாஸ்டிக் முகமூடியும் அங்கியும் அணிந்துகொண்டாள். செதெரீக்கைப் பார்க்கையில், அவன் கோமாவில் மூழ்கி, கண்ணிமைகள் ஒட்டிக்கொண்டிருக்க, பயங்கரக் கனவின் நிதர்சனத்தைப் பற்றி யோசித்துக்கொண்டிருப்பது போல் தோன்றியது. மூக்கில் டியூபுகள் சொருகியிருக்க, பல எந்திரங்களோடு இணைக்கப்பட்டிருந்தவன், ஒருவிதத் திணிக்கப்பட்ட வன்முறைக்கு ஆளாகி சுவாசித்துக்கொண்டிருந்தான். தன் சொந்த உயிரைக் காப்பாற்றப் போராடும் பரிசோதனை எலியாக அவன் கிடந்தான்.

நுனி விரல்களால் அவனை லோர்னா தொட்டாள்.

“அவன் முகத்தைப் பார்த்தால் ஏதோ கடும் சித்திரவதைக் குள்ளானவன்போல் இருக்கிறான்” என்றாள்.

“எல்லாவற்றையும் எதிர்கொள்ள நாம் தயாராக இருக்க வேண்டும். திடீரென அதிகரிக்கக்கூடிய ரத்த அழுத்தம் அல்லது பிராணவாயு பற்றாக்குறை காயங்களின் பாதிப்பைத் தீவிரமாக்கும்”.

அறுவைச்சிகிச்சை மருத்துவர் அந்த இளம்பெண்ணைக் கவனித்தார். முழுமையான கை, கால் முடக்கம், மூச்சுத்திணறல், தசை இறுக்கம், உள்ளுறுப்புகளான சிறுநீரகங்கள், சிறுநீர்ப்பை, நுரையீரல் ஆகியவற்றில் படிப்படியாக ஏற்பட இருக்கும் பாதிப்பு, ஆசனவாய் மற்றும் பாலியல் செயல்பாடுகளில் கோளாறுகள் என எதிர்காலத்தின் நிலை என்னவாக இருக்கும் என்பதை அவளிடம் தாராளமாக விளக்கி இருக்க முடியும். ஆனால், மரணத்துக்கான வாய்ப்பு உள்ளதாக ஏறக்குறைய உறுதியாக நம்பியதால் எது சொன்னாலும் அது மேலோட்டமானதாகத்தான் இருக்கும்.

“நான் அவனிடம் பேச வேண்டும். அனுமதியுங்கள்” என்றாள்.

“அவர் கோமாவின் 3ஆவது படிநிலையில் இருக்கிறார். கோமா கருயூஸ் என்றால் என்ன என்று உங்களுக்குத் தெரியுமா?” என்று கேட்டார் அந்த இத்தாலிய மருத்துவர்.

"அது என் விஷயம். எங்களைத் தனிமையில் இருக்க விடுங்கள்."

"கொஞ்சம் சுருக்கமாகப் பேசி முடியுங்கள்" எனப் பேராசிரியர் பான்ஸி அவளைக் கேட்டுக்கொண்டார். பிறகு யோசித்துப்பார்த்தார். அப்படி அவளிடம் சொல்வது தேவையற்றது என நினைத்தார். கிரேக்கத் தொன்மத்தில் வரும் "திரிய ஃபேத்தா" எனப்படும் விதியின் மூன்று தேவதைகளிடம் உள்ள விதிக் கயிற்றை பிடுங்குவதுபோல், இந்த மின்கம்பிகள் அனைத்தையும் ஒவ்வொன்றாக அவள் பிடுங்கி எறிந்தாலும் இவனுடைய விதியில் கணிசமான மாறுதல் எதுவும் நிகழப்போவதில்லை.

தீவிர கண்காணிப்புப் பிரிவின் நடைமுறைப்படிக் கதவு திறந்து வைக்கப்பட்டிருந்தது. தனிமையில் இருந்த லோர்னா, மிகவும் அமைதியாகத் தெரிந்த, சோகம் தோய்ந்த தன் காதலனின் முகத்தின் அருகே குனிந்து பேசினாள். "நான் சொல்வது கேட்கிறதா? என் குரல் தெரிகிறதா? நான் உன்னை மனதார விரும்புகிறேன் செதெரீக். உன்னை எப்போதும் மறந்தது கிடையாது. ஆனால், இனியும் நாம் ஒன்றாகச் சேர்ந்து வாழ முடியாது. நம்மிடையே பல வேறுபாடுகள். இனியும் நாம் காதலில் இப்படியே கட்டுண்டு, எதையும் கண்டு கொள்ளாமல் இருக்க முடியாது."

அவன் காதருகில் சென்று இந்த வார்த்தைகளை முணுமுணுத்தாள். மனதில் உள்ளதையெல்லாம் கொஞ்சம் கொஞ்சமாகக் கொட்டினாள். பிரிவைப் பற்றிய எண்ணம் அவளிடம் உதித்த பின் முதன்முறையாக அவனிடம் லோர்னா இப்போதுதான் மனம்விட்டுப் பேசுகிறாள் (அவனுக்கோ ஒருபோதும் அவள்மீது அப்படியொரு சந்தேகம் இருந்திருக்க முடியாது.) அவளது பேச்சில் ஒருவிதத் திடீர் சுயவிருப்பம் வெளிப்பட்டது. அவளுடைய துரோகத்தை மறுபரிசீலனை செய்து தோராயமான காதலின் துணையோடு அதை மாற்றியமைத்துவிட முடியும் என நம்பியதைப் போலவும் அவளது தொனி இருந்தது. ஆனால், அசைவற்றுக் கிடக்கும் செதெரீக்கின் உடல் அவளது தனிமையை நினைவூட்டிவிட்டது.

எழுந்திருக்கும்போது, "நீ உயிரோடு இருப்பாய்!" என மெல்லிய குரலில் சொல்லி அந்த இடத்தைவிட்டுப் புறப்படத் தயாரானாள்.

மருத்துவமனைக்கு வெளியில், டாக்ஸி வருமா என எதிர்ப்பார்த்து நின்றிருந்த லோர்னா, தன் மனத்திரையில் அந்த வசவுகளை ஓடவிட்டாள். தன் காதலனுடைய உண்மையான தகவல்கள் குறித்து விபத்து நடந்த சில நாட்களுக்கு முன்தான் அவளுக்குத் தெரியவந்தது. அவை ஒரு மின்னஞ்சல் மூலமாகக் கிடைத்தது. பெயர் தெரியாத அந்த மின்னஞ்சல் நிச்சயமாகத் தீய எண்ணம் கொண்டது என்பதில் ஐயமில்லை. ஆனால், அதில் உள்ள உண்மைகளை விரைவிலேயே அவள் ஏற்றுக்கொள்ளும்படி ஆனது. அதில் குறிப்பிடப்பட்டிருந்த பயங்கரமான ரகசியங்கள் அவனிடமிருந்து பிரியும் முடிவை எடுக்கத்தூண்டும் அளவிற்கு அவள்மீது தாக்கத்தை ஏற்படுத்தியிருந்தன. தன்னையும் ஏமாற்றிக்கொண்டு, வேறு ஒரு நபராக மாறி அவளைப் பல ஆண்டுகளாக செதெரீக் ஏமாற்றி வந்திருக்கிறான். ஆனால், இனிமேல் அந்த இரட்டை அடையாளம் இல்லை. தன்

உடலைவிட அதிகமாகவும் அறிந்த இவ்வுடல், இதோ மனசாட்சி இழந்து அசைவற்றுத் துவண்டு கிடக்கிறது. அனைத்து அடையாளங்களும் சங்கமிக்கும் பண்டைய வெற்றிடத்தில் கரைந்துபோய் இருந்தது அவ்வுடல். அந்த மெட்ரோபொலிட்டன் மருத்துவமனையின் முகப்பை நோக்கி லோர்னா திரும்பினாள். நரம்பியல் பிரிவு உள்ள தளம் எது என அவள் கண்கள் துழாவின. அவளுடைய பார்வை அங்கிருந்த அறைகளின் சன்னல்கள் மீது மேய்ந்தது. உணர்ச்சியினாலோ அல்லது கோபத்தினாலோ அவள் குரல் உடைந்து கத்தினாள்.

“மோரீஸ் அலீன் வெபெர்சனின் மகன் என்பது எப்படி உண்மையோ, அப்படியே நிச்சயம் நீ உயிரோடு இருப்பாய் என்பதும் எனக்கு உறுதியாகத் தெரியும்.”

7

வேகமாக வீசியக் காற்று அத்தேன் நகரின் வானத்தை சுத்தப்படுத்திக்கொண்டிருந்தது. இதன் காரணமாக, சுற்றி யிருக்கும் தாழ்வான மலைகள், லிக்காபேட்டஸ் மலைச்சரிவிலிருந்து பார்க்கக்கூடிய பீரேயுஸ் துறைமுகம், மும்முரமாக இயங்கிக் கொண்டிருந்த அதன் கப்பல்களின் ஓட்டம் ஆகியவற்றைப் பார்க்க முடிந்தது. மெட்ரோபாலிட்டன் மருத்துவமனைக்கு அழைத்துச்செல்லும் டாக்ஸியில் ஏறியதிலிருந்து, பெயர் தெரியாத அந்தத் தெருவில் இருந்த கட்டடங்களை லோர்னா கவனித்தாள். அங்கொன்றும் இங்கொன்றுமாகப் பாழடைந்த அக்காலக் கூரைகளோடு ஒன்றன்பின் ஒன்றாக அடுத்த வீதிவரை அவை வரிசையாக அமைந்திருந்தன. அங்கிருந்த சதுக்கங்கள், அவற்றைச் சுற்றியிருந்த பகுதிகளில் அமைக்கப்பட்டிருந்த மலிவான அலங்காரப்பொருட்கள் விற்கும் கடைகள், அங்காடிகள், சுற்றுலாப் பயணிகளுக்கான உணவகங்கள் ஆகியவற்றில் பலவகையான மக்கள் கூட்டம் குழுமியிருந்தது. அறிமுகமற்ற அக்கூட்டத்திலிருந்து நடுத்தர வயதுடைய முகம் கொண்ட யாரோ ஒரு நபரைத் தேர்ந்தெடுத்தாக வேண்டிய நிர்ப்பந்தம் அவளுக்கு இருந்தது. டாக்ஸியின் வேகம் குறையும் நேரமோ அல்லது சிக்னல் சிவப்புக்கு மாறும்போதோ தென்படும் அந்த யாரோ ஒருவரை நேசிக்க முடியும் என்றும் செதெரீக்கைப் போல் ஆண்டுக் கணக்கில் அந்தரங்கமாகப் பழக முடியும் என்றும் தீவிரமாக நினைத்துப்பார்த்தாள். சில பழக்கவழக்கங்களின் அபத்தமான இயல்பைத் தவிர்த்துவிட்டுப் பார்த்தால், அறிமுகமில்லாத இந்த நபருக்கும் தன் வாழ்க்கைத் துணைவனுக்கும் என்ன வேறுபாடு இருக்க முடியும்?

தன் மனதை இடைவிடாது ஆக்கிரமித்துள்ள கருத்தோட்டம் மற்றும் சிந்தனைகளைப் போல் தோன்றும் இந்த நகர்ப்புறக் குழப்பங்களை லோர்னா கண்டுகொள்ளவில்லை. பாரோஸ் தீவருகில் உள்ள கடற்பகுதியில் 'எவாசியோம்' கப்பலில், அந்த விபத்து நிகழ்ந்து இருபத்தி ஏழு நாட்கள் ஓடிவிட்டன. இத்தகைய சம்பவம், எவ்வளவு காலம்தான் விளங்கிக்கொள்ள முடியாதபடி யதார்த்தத்திலிருந்து விலகி இருக்க முடியும்? தன் உடல் கூட்டிற்குள் நிரந்தரமாகச் சிறைவைக்கப்பட்டிருக்கிறான் என்றாலும், செதெரீக்

சாகவில்லை. அவள் இதுவரை அறிந்திருந்ததாக நம்பும் அவனுக்காக, இன்னும் ஒருபடி மேலே போனால், உடல் ரீதியாகவும் மற்ற எல்லா வகையிலும் விரும்பிய அவனது இழப்புக்காக அவள் துக்கத்தில் இருந்தாக வேண்டும். அவனைப் பிரிவது என ஐந்து பாய்மரங்களைக் கொண்ட அந்தக் கப்பலில் எடுத்த அவளுடைய முடிவு விரைவில் கைவிடப்பட்டதும், மனிதத் தேர்ந்தெடுப்புகளின் உறுதியின்மையை நினைத்து வியப்படைந்தாள். மனித விருப்பங்கள், உணர்வுகள் ஆகியவற்றின் உண்மையான நிலையுடன் எவ்விதத் தொடர்பும் இல்லாமல் இருந்த அத்தேர்ந்தெடுப்புகளை நினைத்துக்கொண்டாள்.

கண்ணாடி, இரும்பு ஆகியவற்றினாலான முகப்புகளைக் கடந்து மருத்துவமனையின் வளாகத்தினுள் டாக்ஸி நுழைந்தது. அவசரப் பிரிவுக்கான வாகன நிறுத்தப் பாதையில் அவசர ஊர்தி ஒன்று நிறுத்தப்பட்டிருந்தது. வழக்கமான வேலையில் ஈடுபட்டிருந்த இரண்டு ஆண் செவிலியர்கள், அலுமினியப் போர்வையால் மூடப்பட்ட படுக்கையைக் கலகலப்பாக இறக்கிக்கொண்டிருந்தனர். எரிவதற்கும் அவிந்துபோகும் நிலைக்கும் இடையில் நிச்சயமின்றி ஊசலாடிக்கொண்டிருக்கும் மெழுகுவர்த்தியின் சுடர் போல் உள்ள உயிர் ஒன்று அவர்களது கைகளில் இருக்க, அவர்களோ மேம்போக்கான விஷயங்களைப் பேசிக்கொண்டிருந்ததாகத் தோன்றியது.

லோர்னா, தலையைத் திருப்பிக்கொண்டாள். செதெரீக்கின் அப்பா யார் என அவளுக்குத் தெரியவந்த நாள்முதல், அதிர்ச்சி தந்த உள்காயத்தின் வலியோடு இந்தக் கசப்பான யதார்த்த உணர்வும் அவளை அபகரித்தது. நிகழ்வுகளின் கொடூரத்திற்கும் அவளுக்கும் இடையில் அலீன் வெபெர்சனின் பணம் நின்றது. செதெரீக் குறித்த தகவல் கிடைத்தமாத்திரத்தில், மருந்துத் தொழிற்சாலையின் அதிபர், செதெரீக்கின் சிதைந்த விதியைக் கவனிக்கும் பொறுப்பைத் தன் பொருள் நிறைந்த கைகளில் எடுத்துக்கொள்வார் என்பதில் ஐயமில்லை. தன்னால் தாங்கிக்கொள்ள முடியாத பொறுப்புகளிலிருந்து இதன்மூலம் அவள் விடுதலை பெறுவாள். “தன் உயிரைப் பணயம் வைத்து” என நினைத்தவள் சொற்களின் பொருள் உணர்ந்து பீதி அடைந்தாள்.

பல்கலைக்கழக மருத்துவமனை நரம்பியல் பிரிவின் தாழ்வாரத்தில் லோர்னா கண்ட உருவம், அப்பிரிவின் தலைவரைப் போல் தோன்றியது. செய்திகளைத் தெரிந்து கொள்ள வேண்டும் என்ற ஆர்வத்தில் வேகமாக அவரை நோக்கி நடந்தாள். ஆனால், அவளுக்காகக் காத்திராமல் அந்த உருவம் மின்தூக்கிக் கதவிற்குள் சென்று மறைந்துபோனது. தன்னைத் தவிர்க்க விரும்புகிறார்கள் என்ற கவலையில் உந்தப்பட்ட அவள், சற்றே நின்று தன்னைச் சுதாரித்துக்கொண்டாள். பிறகு, “மோசமான செய்திகளைத் தெரிவிப்பதிலேயே அறுவைச்சிகிச்சை நிபுணர்கள் மகிழ்ச்சி அடைகின்றனர்” எனத் தனக்குள் சொல்லியபடித் தோள்களைக் குலுக்கிக்கொண்டாள். தேடிச்சென்ற பிரிவைக் கண்டுபிடித்து, அறைகளின் கதவுகள் திறந்திருக்க, ஒரே மாதிரியான கட்டில்கள் இருந்த கூடத்தை நோக்கி ஏறினாள். அங்கே, தனிமையில் கைவிடப்பட்ட அதீத நிலையைச் சுட்டும் விதமாக

வெற்றுப் பாதம், பிரமிடைப் போல் தோன்றும் போர்வையால் மூடப்பட்ட கால் முட்டி ஆகியவை இருந்தன. அறை எண் 27ஐ அடைந்த அவள், அந்தக் கணத்தில் ஏற்பட்ட பயங்கரமான சிலிர்ப்பைத் தன் மேனியில் உணர்ந்தாள். உதடுகளை அசைத்தவாறு ஆழ்ந்த உறக்கத்தில் இருந்தான் செதெரீக். உப்பிய முகமும், கட்டுப்போடப்பட்டிருந்த கைகளுமாய் அவன் இருந்த கோலத்தைச் சகித்துக்கொள்ள முடியாதவளாய், குழம்பிய மனநிலையொடு வெளியேறி அந்தக் கூடத்தின் ஒரு முனையிலிருந்து மறு முனைவரை நடந்தாள்.

எவ்வித ஒலியையும் எழுப்ப முடியாதவனாய், கை, கால் செயலிழந்த நிலையில் சில நாட்களுக்கு முன்பு கோமாவிலிருந்து மீண்டிருந்த செதெரீக்கின் கண்கள் விடுதலைக்காக இறைஞ்சியபடி இருந்தன. தூக்கத்தில் அந்த நேரத்தில் சில வார்த்தைகளை உச்சரித்தான். சந்தேகமே இல்லை. ஏதோ உதவி கோருவதைப் போல் அவனது உதடுகள் அசைவதை அவள் பார்த்தாள்.

8

தான் பார்க்கும் தொழில் தர்மத்தின்படிப் பேராசிரியர் ஆந்திரியாஸ் ஆக்னோ ஒன்றன்பின் ஒன்றாக மூன்று அறுவைச்சிகிச்சைகளை செதெரீக்கிற்கு வெற்றிகரமாக செய்து முடித்தார். அவை விபத்தின் பின்விளைவுகளைக் குறைக்க வேண்டும் என்ற ஒற்றைக் குறிக்கோளோடு மேற்கொள்ளப்பட்டவை. நோயாளியின் முக்கிய உறுப்புகளில் குறிப்பிடத்தக்கவகையில் சேதம் எதுவும் அதிகரிக்காமல் அந்த அறுவைச்சிகிச்சைகளை செதெரீக் கடந்துவிட்டபடியால், நோயாளி எனும் நிலையிலிருந்து உயர்ந்து படிப்படியாகச் சலுகைகள்மிக்க பரிசோதனை எலியாக அவன் மாறியிருந்தான்.

மருத்துவக் கல்லூரி அடங்கிய மருத்துவமனையில் உள்ளபடியால், அவசரப் பிரிவிலிருந்து வெளியேறி, நரம்பு மண்டல பாதிப்புகளில் எவ்வித முன்னேற்றமும் இல்லாத நிலை இருக்குமானால் இத்தகைய உடல், உடற்கூறு பயிற்சிக்கான செயல்முறை விளக்கத்துக்கு உகந்ததாகக் கருதப்படும். அவனுடைய கழுத்து முதுகெலும்புமூட்டு, தண்டுவட அமைப்பின் நேர் மற்றும் பக்கவாட்டுக் கோணப் படங்கள் ஆகியவற்றைப் பரிசோதித்த பின் எமிலியொ பான்ஸி பலமுறை உறுதியாகத் தெரிவித்த கருத்தும் இதுதான். எனினும், பண்டைய மருத்துவப் பிதாமகர்களான கலேன் மற்றும் ஹிப்போகிரேட் ஆகியோரின் இளஞ்சீடர்களின் பார்வையில், கோமாவிலிருந்து மீண்டுள்ள இந்தப் பரிசோதனை எலி இனிப் பயன்படாது. அறுவைச்சிகிச்சைத் தலைமை நிபுணரின் கோபம் இவருக்குப் பிடிபடவில்லை. ஒருவழியாகக் கட்டிலிலிருந்தும் பெரும் பொறுப்பிலிருந்தும் அவனை விடுவிக்க மாட்டார்களா? இத்தாலியில் உள்ள மருத்துவ மையத்திற்கு அவனை மாற்றுவதில் பல உயர்மட்ட மருத்துவக் குழுக்கள் ஈடுபடுத்தப்பட்டன. "அவன் தங்கியிருந்த மருத்துவ மையத்தில் இதுவரைக் கடைப்பிடிக்கப்படாத தொழில்நுட்பம் சார்ந்த மருத்துவ உதவிகள் நோயாளியின் தற்போதைய நிலையில் தேவைப்படலாம்" என அதற்குக் காரணமாகக் கூறப்பட்டது. தன்னிச்சையாக முடிவெடுக்கும் உரிமைப்படித், தன் நினைவுப் புலன்கள் அனைத்தையும் ஏறக்குறைய மீண்டும் பெற்றுவிட்ட செதெரீக் எர்க், வெறுமனே கண் இமைப்பின்மூலம் தன் ஒப்புதலைத் தெரிவித்திருக்கக்கூடும். அறுவைக் கத்திரியைக் கையாள்வதில்

நிபுணராகவும், நோயைக் கண்டறிதலில் அக்கறை உள்ளவராகவும் இருந்தபோதிலும் டியுரேன், மிலேன் நகரில் உள்ள நோபல் பரிசு பெறத் தகுதியான அறுவைச்சிகிச்சை நிபுணர்கள் அளவிற்கு ஆந்திரியாஸ் அக்னோ திறன்படைத்தவர் இல்லை.

இவற்றுக்கும் நமக்கும் எந்தத் தொடர்புமில்லை என்று நினைத்தபடி எமிலியோ பான்ஸி, சூரியக்கதிரை நோக்கித் தன் தலையை உயர்த்தினார். இன்னும் சில வாரங்களில் மாற்றுப்பணி மேற்கொள்ளும் மருத்துவராக இங்குப் பணியாற்றும் காலம் முடிவடைந்துவிடும். நல்ல நிம்மதியோடும் சில வருத்தங்களோடும் ரோமுக்குத் திரும்பிவிடுவார். விழுந்து சிதறிய அந்தச் சூரியக்கதிர் தாழ்வாரத்தில் ஜன்னல்களையும் பாதுகாப்பு அறையின் ஜன்னலையும் கடந்துசென்றது. கண்ணாடி ஜன்னல் நெடுக அந்த நேரத்தில் கத்தரிப்பூ நிறத்தில் ஓர் உருவம் தெரிந்தது. அந்த உருவத்தைத் தெரிந்ததுபோல் காட்டிக்கொள்ளத் தயங்கினார். அந்த அளவிற்கு ஈர்ப்பும் வெறுப்பும் அவரைக் குழப்பத்தில் ஆழ்த்தின. நான்கு உறுப்புகளுக்குமேல் செயலற்றுப்போன ஒரு நோயாளியின் மனைவியை அபகரிப்பது என்பதைவிட அவளை நம்பிக்கை இழக்க வைப்பதுதான் அவரை மிகவும் பாதித்தது. அது லோர்னா லீர்தான். எப்போதும்போல் கவர்ச்சியாகக் கருநீலப் புருவங்களுக்கு ஒத்துப்போகும்படியான சற்றே அடர் நீலத்தில் கண்களைச் சுற்றி அழகான வளையங்கள், நெற்றியில் கோடிட்ட மெல்லிய சுருக்கங்கள் இவற்றோடு மேலும் கவர்ச்சியாகக் காணப்பட்டாள். கடும் சோர்வும் பதற்றமும் நேரும்போது அழகான பெண்களிடம் கவர்ச்சி வெளிப்படுகிறது. அறை எண் 27க்குத் திரும்பிய லோர்னா, கண்ணாடி ஜன்னலுக்கு அந்தப் பக்கத்திலிருந்து ஒரு சிறு தலையசைப்பின் மூலம் சமிக்ஞை வந்ததும் கதவைத் தட்டாமல் உள்ளே நுழைந்தாள்.

“உங்களைப் பார்க்கச் சொன்னார்கள். ஏதாவது செய்தி இருக்கிறதா?” எனக் கேட்டாள்.

எமிலியோ பான்ஸி, ஆச்சரியத்தோடும் மிடுக்கோடும் தன் மூக்குக் கண்ணாடியைக் கழட்டிவைத்தார்.

“என்ன, உங்களுக்கு எதுவுமே தெரியாதா?”

“புரியவில்லையே!” என வேகமாகப் பதில் சொன்னாள் அந்த இளம்பெண்.

“உங்கள் காதலரைத் துய்ரனின் பிரபலமான மருத்துவமனையான ஸ்பாலீன் மருத்துவமனைக்கு மாற்றும்படி சுகாதார அமைச்சகத்திலிருந்து நேரடி உத்தரவு வந்துள்ளது.”

லோர்னா நிம்மதி அடைந்தவளாய்த் தெரிந்தாள். எங்கே பழைய நிலைக்குத் திரும்பிவிடுமோ என்ற பயம் அவளிடம் இருந்தது. செதொீக்கின் மூளையின் புலன்கள் முழுமையாக இயங்கும்வரை நம்பிக்கை வைப்பதில் தவறில்லை.

"அவரை எப்போது அங்கு மாற்றப்போகிறார்கள்?"

"அது இன்னும் சில நாட்களில் முடிந்துவிடும் கதை. அவரைக் கவனிக்கும் பொறுப்பு யார் கைக்குப் போகிறது என்பது உங்களுக்குத் தெரிந்ததுதான். இந்தக் கொடிய எந்திரத்தை நிறுத்த உங்களால் மட்டுமே முடியும். உங்கள் ஒப்புதலைத் தந்துவிட்டீர்கள் என நினைக்கிறேன். என்ன, நான் சொல்வதில் எதுவும் பிழையில்லையே?"

"செதெரீக் என்னிடம் அப்படிச் செய்யச் சொன்னான்."

"கண் இமைப்பைக் கையெழுத்து என எடுத்துக் கொள்ள முடியாது என்பது உங்களுக்குத் தெரிந்தது தான்."

"இதுபோன்றதொரு நிலையில் அசைவற்று ஜடமாயிருப்பதைவிட இறந்துவிடுவதேமேல் என அவன் நினைத்தான். ஏதோ வருவதை முன்னதாகவே உணர்ந்ததுபோல் அதைப் பற்றி என்னிடம் அடிக்கடிப் பேசியிருக்கிறான்".

"நன்றாக யோசித்துப்பாருங்கள். நாம் முழுக் குழப்பத்தில் இருக்கிறோம். இவையெல்லாம் அறிவியல் புனைவுகளில்தான் வரும். அதுபோன்றதொரு அறுவைச்சிகிச்சை, அது நடந்தால்கூட வெற்றி பெற மிக மிகக் குறைவான வாய்ப்பே உள்ளது. குறுகிய காலத்தில் அத்தியாவசியமான பல ஏற்பாடுகளை ஒன்றிணைத்தாக வேண்டும். மேலும், எங்கள் துறையைப் பொறுத்தவரை புதிதாக மேற்கொள்ளப்படும் பரிசோதனை முயற்சிகள் பொதுவாகத் தோல்வியில் முடியக்கூடியவையாகவே உள்ளன."

"பேராசிரியர் ழோர்ழியோ கதாவெரோவும் வல்லுனர்கள் பலரைக் கொண்ட பல்வேறு சர்வதேசக் குழுக்களும் இரண்டு ஆண்டுகளாக முழுமூச்சில் அதற்கான வேலையில் ஈடுபட்டுவருகின்றனர்."

"முழுமூச்சில்தானே"

"என்னிடம் தொலைபேசியில் பேசிய செதெரீக்கின் அப்பா அப்படித் தான் சொன்னார்."

"அதாவது, கோடீஸ்வரர் மோரீஸ் அலீன் வெபெர்சன், இல்லையா? எங்களுக்கெல்லாம் மிகவும் ஆச்சரியமாக இருந்தது."

"நான் அவரைச் சந்தித்ததே இல்லை. அவருடைய வாரிசாக இருப்பது செதெரீக்கின் அதிர்ஷ்டம். என் வாழ்க்கை அப்படி ஒன்றும் மதிப்புமிக்கது இல்லை என்றாலும், அவனுக்காக என் உயிரையே தந்திருப்பேன்."

"இருந்தாலும் நீங்கள் அவரைவிட்டு விலக விரும்பினீர்கள்"

"யார் அப்படி உங்களிடம் சொன்னது?" எனக் கத்தினாள் லோர்னா.

"உங்கள் காதலர் பேசத் தொடங்கியபோது, முதலில் பேசியது உங்களைப் பற்றிதான். உங்களைக் காதலித்ததாகச் சொன்னார். தன்னை விட்டுவிடுமாறும், கொடூரமாகக் கொன்றுவிட வேண்டாம் என்றும் உங்களைக் கெஞ்சினார். இதுதான் அவர் பேசிய கடைசி . . ."

9

தனியார் ஜெட் விமானம், துய்ரேன் கசேன் பகுதியைச் சேர்ந்த சான்ட்ரோ பெர்த்தினி விமான நிலையத்தில் தரை இறங்கியது. ஆனால், வெடிகுண்டு புரளியால் எதிர்பாராத விதமாகக் கொஞ்ச நேரம் ஓடுபாதையிலேயே நிறுத்திவைக்க நேர்ந்தது. ஸ்பாலின் மருத்துவமனை நிர்வாகத்தின் நரம்பியல் ஆலோசகரான பேராசிரியர் மிராமி அந்த நிர்வாகம் அனுப்பியிருந்த ஆம்புலன்ஸின் தாமதத்தைக் குறித்துத் தன் வருத்தத்தைத் தெரிவித்தார். ஏறக்குறைய அன்றாட நிகழ்வாக மாறிப்போன இந்தப் புரளிகள் இறுதியில் சமூகத்தை ஸ்தம்பிக்கச் செய்து பொருளாதார வளர்ச்சியைப் பாதித்துவிடும்.

தயங்கியபடி நின்ற செவிலியர்களைப் பார்த்து, “இத்தாலியில் மட்டுமே இது போன்ற சம்பவங்களால் நாம் இழந்துள்ள நேரத்தைக் கணக்கிட்டுப்பாருங்கள்” எனக் கோபமாகச் சொன்னார். “விமான நிலையங்கள், ரயில் நிலையங்கள், வர்த்தக நிறுவனங்கள்! எல்லாம் கோடிக் கணக்கில், கோடிக்கணக்கான யூரோக்கள் நஷ்டம்.”

அன்று அந்தி சாயும் நேரத்தில் இரண்டு மணி நேர தாமதத்திற்குப் பின், மருத்துவமனை வளாகத்திற்குள் ஆம்புலன்ஸ் நுழைந்தது. இந்த மருத்துவச் சிகிச்சை ஏற்பாட்டை மேற்பார்வையிடும் பொறுப்பை ஏற்றுள்ள மருத்துவர் செர்வில் ஜெனீவாவிலிருந்து வந்திருந்தார். மோரீஸ் அலீன் வெபெர்சன்னின் நம்பிக்கைக்குரிய பிரதிநிதியாக வந்திருக்கும் அவரும் நரம்பியல் அறுவைச்சிகிச்சைப் பிரிவின் வரவேற்பறையில் பரபரப்பாகக் காணப்பட்டார். அங்கு ஏற்படக்கூடிய சிறு தடங்கள்கூட அவர் வேலைக்கு வேட்டுவைத்துவிடும். எதிர் வெயிலில், அந்திச் சூரியன் செங்கதிர்களை உமிழ்ந்துகொண்டிருக்க, ஆம்புலன்ஸிலிருந்து கோபமாக இறங்கிய பேராசிரியர் மிராமிக்கு, சற்றே நிம்மதியடைந்தவராய் செர்வில் வணக்கம் சொன்னார். மாற்று உறுப்புச் சிகிச்சைச் சிறப்புப் பிரிவின் அறை எண் 7 வரை அந்த ஸ்டிரெக்சரை இருவரும் பின்தொடர்ந்து சென்றனர். படுக்க வைக்கப்பட்ட சில நொடிகளிலேயே, நோயாளியின் உடலில் மிகவும் சக்திவாய்ந்த மயக்க மருந்து செலுத்துப்பட்டது. சுவிட்ஸர்லாந்தின் மருத்துவரும் பேராசிரியர் மிராமியும்

ஓரளவு திருப்தி அடைந்தவர்களாகத் திரும்பிவந்தனர். மிகவும் ஒல்லியாக இருந்த மிராமியின் தலை மட்டும் முதலை ஆமையின் தலையைவிடப் பெரிதாக இருந்தது.

"மிசியோன் போர்தாத்தா ஆ தெர்மினே" (வேலை முடிந்தது) என இத்தாலிய மொழியில் சொன்னார் அவர்.

"நீங்கள் சொல்வது சரிதான்" என்றார் மருத்துவர் செர்வில்.

ஜெனீவாவில் உள்ள கறாரான அந்த முதியவருக்குக் கூடிய விரைவில் அறிக்கையை அனுப்பியாக வேண்டிய கடமை மருத்துவருக்கு இருந்தது.

அடுத்த நாள் விடியற்காலையில், செதெரீக்குக்கு விழிப்பு ஏற்பட்டது. அவனுடைய பார்வை குறுகலாக இருந்த அந்த உயரமான ஜன்னல் சட்டங்களின் நீல நிறச் செவ்வட்டத்தின்மீது விழுந்தது. மறதிக்கு வானமே எல்லை. புதை மணலுக்குள் ஒரேயடியாக அழுந்திக்கொண்டிருப்பதைப் போல் தன் கை, கால்களின் பாரங்களை உணர்ந்தான். இரண்டு அழகான செவிலியர்கள் உள்ளே நுழையும்வரை வேறு எதுவும் அவனுடைய மனதைக் கலைக்கவில்லை. அவர்களில் ஒருத்திச் சிறிய தள்ளுவண்டியைத் தள்ளி வந்தாள். அடுத்தவள் உடனடியாக அவனுடைய வெற்றுடம்பின்மேல் போர்வையைப் போர்த்தினாள்.

"புயோன்மூர்நோ சிஞ்ஞோரே! லா இன்கொமோதியாமோ சொல்தான்தோ பெர் லா சுயா துவாலேத் தெல்லா மத்தீனா".

("வணக்கம்! காலைக் குளியலுக்கு உதவ வந்திருக்கிறோம். சிரமத்திற்கு வருந்துகிறோம்") என இத்தாலிய மொழியில் கூறினாள்.

அவர்கள் எவ்விதப் பதற்றமும் இல்லாமல் மிகவும் அமைதியான முறையில் அவனைச் சுத்தப்படுத்தி உடை மாற்றினார்கள். வழவழப்பாக இருந்த அவர்களுடைய நீண்ட குளிர்ச்சியான கைகள் அவனது உடலைத் தீண்டியபோது, உண்மையில் உயிரோடும் இல்லாமல் ஒரேயடியாக இறந்தும்போகாமல், இடைப்பட்ட ஒரு வகையான பொருளைப்போல் கருதி அவனை அவர்கள் கவனித்தனர். இந்தச் சோதனையிலிருந்து கோமா நிலைதான் நீண்டகாலமாக அவனைக் காத்துவந்திருக்கிறது என நினைத்துக்கொண்டான். உறக்க நிலையில் உள்ளதுபோல் காட்டிக்கொள்வதன் மூலம் இந்த அவமான உணர்வு குறைந்திருக்கும். எனினும், இதைக் கையாண்ட அந்த நளினமான உருவங்களிடமிருந்து தன் பிதுங்கிய கண்களை விடுவிக்க இயலவில்லை. விரலை அசைக்கவோ, உறுப்புகளைத் தன் கட்டுப்பாட்டிற்குள் இயக்கவோ முடியாத அவனுடைய ஒட்டுமொத்த முடக்கத்தின் வெறுமை, அருவருக்கத்தக்க மருத்துவ எந்திரத்தின் பிணைக்கைதியாக அவனை மாற்றியிருந்தது. முந்தைய வாழ்க்கையின் உணர்வு முழுவதையும் தன்னகத்தே தேக்கி வைத்துள்ள கனத்த மண்டையுடைய புதிதாய்ப் பிறந்த குழந்தையைப் போன்றதொரு உயிரைப் போல் தன்னை உணர்ந்தான். அப்போது அவனுக்கு விழிப்பு வந்தது. இருந்தபோதிலும் கை, கால்களை அசைக்க முடியாத நிலை. அவனுடைய நாக்கு மட்டும் அசைந்தது. அதையும் அவனுடைய விருப்பம்போல்

அசைக்கவோ பேசவோ முடியாது. அவனைப் படுக்கவைத்துவிட்டு உணவு செலுத்தப்படும் எந்திரக் குழாய்க்கான இணைப்பை மீண்டும் செருகிவிட்டு அந்தச் செவிலியர்கள் வெளியேறியபோது ஈத்தர், சோப்பு நெடியும் வெளியேறியது.

இப்படி அசைவின்றிப் பிணைக்கப்பட்டு, தன்னை மறந்த நிலையில், கையாளப்படும் ஒரு பொருளாகக் கிடப்பது எதில் போய் முடியும்? இந்தப் புதிய இடத்துக்கு மாற்றப்பட்டதற்கான காரணங்களை அவனிடம் விளக்க வேண்டியது அவசியம் என யாருக்கும் தோன்றவில்லை. சில வினோதமான உதட்டசைவுகளால் மட்டுமே அவன் ஏற்பதுபோல் பதில் சைகை புரிந்தான். அவன் உள்ள நிலையில், உடன்படுவது என்பதே மிகப் பெரிய காரியம். முந்தைய நாள் இரவு அவனுக்குக் கடுமையான மயக்க மருந்துகள் செலுத்தப்பட்டன. அதாவது, இத்தாலிக்குச் செல்வதற்கான ஊசி! ஆழ்ந்த உறக்கத்தின்போதுதான் அவனுடைய உடல் அங்கிருந்து மாற்றப்பட்டது. இந்தச் செவிலியர்களின் மொழி அல்லது தீவிர சிகிச்சைப் பிரிவுக்கான இந்த அறை ஆகியவற்றைவிட வானின் நிறம் இதை அவனுக்கு மேலும் உறுதி செய்தது. உலகிற்கு எவ்வித பயனும் இல்லாதவனாக, விளங்கிக்கொள்ள முடியாததொரு விரக்தியில் இப்போது அவன் காத்துக்கொண்டிருக்கிறான். இத்தனைக் கட்டுகளோடு காலமெல்லாம் அவன் வேதனையைப் பொறுத்துக்கொண்டிருக்க வேண்டியதுதானா? தன் எண்ணத்தை ஒருமுகப்படுத்துவதன் மூலமாக, மென்மையான சிலை ஒன்றின் கூட்டிற்குள் உள்ள இயங்கக்கூடிய ஒரே உறுப்பான இந்த இதயத்தை நிறுத்தி உறக்கத்திலேயே இறந்துவிட விரும்பினான்.

திடீரென ஜன்னல் வழியாக மிகவும் சன்னமாகக் கேட்ட கருங்குருவி ஒன்றின் கானம் அவனுடைய கவனத்தை ஈர்த்தது. பீச் மரக்கிளையில் காணப்பட்ட அந்தப் பறவை எழுப்பிய குழலோசை போன்ற இனிமையான சங்கதிகளைத் தொடர்ந்து கேட்க முடிந்தது. இடையிடையே பள்ளிவாசலில் பாங்கு ஓதுபவரின் மௌனம்போல் விட்டுவிட்டு ஒலிக்கும் மெட்டை அப்பறவை இசைத்துக்கொண்டிருந்தது. அமரத்துவமான கருத்து ஒன்றை இதன்மூலம் அப்பறவை அறிவிக்க முயன்றது. ஒருங்கிணைந்த இச்சிறு உயிர் தன்னைச் சூழ்ந்திருந்த வெளிக்குத் தன் விருப்பத்தை தெரிவிக்கிறது. இந்த ஒலிஅலைகளின் அதிர்வுகள் பிரபஞ்சத்தின் ஆழத்திலிருந்து மர்மமாக அவனை வந்து அடைந்தன. அதிலுள்ள இசை உணர்வு இல்லாமல் போகும் சாத்தியக்கூறு உள்ளதா? அழுதுவிடக் கூடாது என்பதற்காக செதெரீக் கண்களை மூடிக்கொண்டான். லோர்னாவை இழந்துவிட்டான். இனி அவனது கரங்கள், அவளைத் தழுவ முடியாது. கண்ணாடிக் கதவு அவர்களைப் பிரித்திருந்தது. இனித் தடவுதல்கள் நிரந்தரமாக அவர்களுக்குள் தடைசெய்யப்பட்டிருந்தன. அவளுக்கு வெறுப்பு ஏற்பட்டிருக்கும். உடலுறவு தொடர்பான அந்தரங்கம்போல் வேகமாக நினைவிலிருந்து மறைவது எதுவும் இல்லை. மேலும், இங்கு அவளைப் பார்த்ததாகவும் அவனுக்கு நினைவில்லை. அந்த விபத்து நேர்வதற்கு முன்பாகவே அவனைப் பிரிவதென்று முடிவு எடுத்துவிட்டவள்தானே அவள்? அச்சமும் பச்சாதாபமும் நீண்ட நாட்களுக்கு அவளை இங்குக் கட்டிப்போட்டுவிடாது. முடங்கிக்கிடக்கும் ஒருவனிடம் ஒரு

இளம்பெண் என்ன எதிர்பார்க்க முடியும்? அவன் கதை முடிந்துவிட்டது. பற்களால் தன் உயிருடன் பிணைக்கும் கயிற்றை அறுத்துவிட்டு உடல் பரிசோதனைக்கூடத்தின் மிச்சமுள்ள இந்த இடத்தைக் காலி செய்து மரணத்திற்கான சுதந்திரமானப் பெரும் பாதையில் சென்றுவிட விரும்பியிருப்பான். மறைந்துபோதல்! வெட்டப்பட்ட தமனியிலிருந்து உருண்டு திரளும் கடைசிச் சொட்டு ரத்தம்போன்று முழுமையான இனிமையுடையது அந்த வார்த்தை. ஆனால், அவனது உதவிக்கென யார் முன்வருவார்கள்? இனி ஒரு நாள்கூட, ஓர் இரவுகூட அதிகமாக வாழ அவன் விரும்பவில்லை. உடலின் சவக்குழிக்குள் இவ்வாறு புதைக்கப்படும் பயங்கரத்திலிருந்து யார் அவனைக் காப்பாற்றுவார்கள்?

அந்தத் தாழ்வாரத்தில் பலர் நடக்கும் சத்தமும் உரையாடல் சத்தங்களும் திறந்திருந்த கதவின் வழியாகக் காதில் விழுந்தன. வெள்ளைச் சீருடைகள் அணிந்த சிறு கூட்டம் சிறிது நேரம் கழித்து அந்த அறைக்குள் நுழைந்து உறுப்புகள் செயலிழந்தவனைச் சூழ்ந்து நின்றது. காதோரம் நரைத்த முடியுடைய மருத்துவரின் உயரமான உருவம் கட்டிலின் காலடியில் கம்பீரமாக நின்றது. அவரைச் சுற்றி அறுவைச்சிகிச்சையாளர்களும் மயக்க மருந்தியலாளர்களும், அவர் எது சொன்னாலும் கவனமாகக் கேட்டபடி நின்றிருந்தனர். கருணை தோய்ந்த முகங்களோடு காணப்பட்ட அவர்கள் வகுப்பின் குழுப் படத்திற்கு நிற்பவர்கள்போல் இருந்தனர். மின்னும் மேனியுடைய ஒரு பெண் வருத்தமாக உதடுகளை கடித்துக்கொண்டு தன் மடிக்கணினியில் எதையோ தட்டிக்கொண்டிருந்தாள். மோர்ழியோ கதாவெரோ தெரிவிக்கும் அத்தனைப் பரிந்துரைகளையும் பெரும் புன்னகையோடு பேராசிரியர் மிராமி ஏற்றுக்கொண்டார்.

“குறித்த நேரத்திற்கு நோயாளியைத் தயாரித்துவிடுவோம். (தொபொதொமானி ஆந்திரோ உன் அனோ!) நாளை மறுநாள் அல்லது ஒரு வருடம்.”

“அப்பணி முடிவடையக் குறைந்தது நாளை மறுநாள் ஆகிவிடும் என நம்புகிறேன். நூறு நிபுணர்களைக் கொண்ட குழுவை ஒருங்கிணைத்துத் தயார் நிலைக்குக்கொண்டு வருவது என்பது சாதாரண காரியம் இல்லை” என்றார் அறுவைச்சிகிச்சைப் பிரிவின் தலைவர்.

இதை ஆமோதிக்கும் விதமாக, “இத்தாலியப் படப்பிடிப்புத்தளமான சினேசித்தாவின் ஒரு நாள் பொழுதின் செலவைவிட இது அதிகம்” என பிரெஞ்சு மொழியில் மருத்துவர் செர்வில் சொன்னார். ஒரு மனிதப் பிறவியாக தனக்கு ஏற்பட்டுள்ள சிக்கலான நிலையைப் பெரிதாகக் கண்டுகொள்ளாமல் எல்லாவற்றையும் ஒரு தந்தைக்குரிய பரிவுடன் சிகிச்சை அளிக்கும் மருத்துவர்க் குழு எவ்வாறு தன்னை மருத்துவ மாதிரியாக வைத்துப் பயன்படுத்திவந்துள்ளது என்பதை அசையும் கண்களோடு செதெரீக் மீண்டும் உணர்ந்து கொண்டான்.

இத்தாலிய மொழியில் சில சொற்கள் தெரிந்திருந்த போதிலும், மீண்டும் மீண்டும் செலுத்தப்பட்ட மயக்க மருந்துகளின் பாதிப்பு, மற்ற மருந்துகள் ஏற்படுத்திய தாக்கம் இவற்றின் காரணமாக எதைப் பற்றிப் பேசிக்கொள்கிறார்கள் என இவனுக்குப் பெரிதாக எதுவும் தெரியவில்லை.

அதிகரிக்கும் இந்த வெள்ளைச் சீருடைகளின் எண்ணிக்கை அவனைப் பெரிதும் யோசிக்க வைத்தது. அவர்களிடையே யாரும் மாணவர்கள் இல்லை. அனைவரும் பழுத்த அனுபவம் உள்ள தொழில்முறை மருத்துவர்கள்தான். கதாவெரோ என்பவர் அங்குள்ளவர்களிடம் பேசிய தொனியில், அதிகாரத் தோரணையும் சூழ்நிலை குறித்த அக்கறையும் கலந்திருந்தன.

“கடைப்பிடிக்க வேண்டிய நெறிமுறை மிகவும் சிக்கலானது இல்லை. தார்மீகப் பிரச்சினைகளைப் பற்றி நாங்கள் எல்லோரும் சிந்தித்துப் பார்த்தோம். துல்லியமான சில விதிகளைக் கடைப்பிடித்தாக வேண்டும் என்பதில் சந்தேகம் இல்லை. ஆனால், வருங்காலத்தில் ஆக்கப்பூர்வமான திசையில் அவை பரிணமிக்கும் என உறுதியாக நம்புகிறேன். தொழில்நுட்ப ரீதியிலான செயல்பாடுகளைப் பொறுத்தவரை, நம் துறையைச் சேர்ந்த பிரெஞ்சு நண்பர்கள் என்ன நினைத்திருந்தாலும், நாம் போதுமான அளவிற்கு நிரூபித்து . . .”

கழுத்தில் குறும்பட்டை முடிச்சுடன் காணப்பட்ட நீண்ட கழுத்துடைய வயதான மருத்துவர் ஒருவர் ஆங்கிலத்தில் இடைமறித்தபோது, தலைமை மருத்துவர் சுதாரித்துக்கொண்டார். அனைத்தையும் கேட்டுக்கொண்டிருந்த நோயாளி, தன் ஆச்சரியத்தைச் செருமல் மூலம் வெளிப்படுத்தியதால் அது நிகழ்ந்திருக்குமோ?

“உரிய நேரத்தில் அவ்வப்போது நாம் யோசித்து முடிவெடுப்போம் நண்பரே” என ஹொர்ழியோ கதாவெரோ மறித்தார். “திரு. செதொீக் அலீன் வெபெர்சன், தான் அளித்திருந்த ஒப்புதலை நிச்சயமாகத் தொடர்ந்து அளிப்பார் என நம்புகிறேன். நாம் எடுக்கும் நடவடிக்கைகள் அனைத்தும் உரிய சட்ட விதிகளுக்கு உட்பட்டு முறையாக நடைபெறுகின்றன” என்றார்.

10

ஒரு முடிவிற்கு வர, லோர்னா லீருக்கு 24 மணிநேரம் தேவைப்பட்டது. எல்லாப் பாதைகளும் வந்து குவியும் இந்த நகரில் மேலும் ஒரு புதிய இரவைக் கழிக்கிறாள். அப்போதைய மனநிலைக்குத் தக்கவாறு, துய்ரேன் நகருக்குச் செல்லும் ரயிலில் ஏறுவாள் அல்லது எமிலியோவின் அழைப்பை ஏற்று மேலும் சில நாட்கள் இங்கேயே தங்குவாள். அரண்மனை போன்ற முற்றங்கள், நீலம் தோய்ந்த இருட்டில் குறுக்காக அமைந்த சந்துகள், அந்தி நேரத்தில் தங்க நிறத்தில் மின்னும் சிதைவுகள் என இவற்றையெல்லாம் பார்த்த அவள் ரோம் நகரம் ஒரே நாளில் எழுப்பப்பட்டிருக்க வேண்டும் என நினைத்தாள்.

நவோனா சதுக்கத்திலிருந்து, புனித பிராசேத் தேவாலயம் வரையிலும், கராக்காலா நீரூற்றிலிருந்து ட்ர்டேல் நீரூற்றுவரையிலும் மணிக்கணக்கில் சுற்றியிருக்கிறாள். ஆனால், உள்மனதிலோ, மருத்துவமனைக் கட்டிலில், சிதைந்த உடல், அதாவது மிகவும் அன்னியோன்யமாக அறிந்தவனின் உடல் கிடக்கும் காட்சியைச் சுமந்தபடியே திரிந்தாள். தூசி பறக்கும் வெளிச்சத்தில் அருவருக்கத்தக்க சதைப்பிண்டம், அதாவது அன்புக் காதலனின் சிதைந்த முகம் இருளடைந்து மிதந்துகொண்டிருந்தது. உடற்சோர்வால் ஏற்பட்ட கடுமையான வலி அவளை அவ்வப்போது வருத்தியது. ஏரியா சக்கரிவுக்கும் கப்பித்தோலுக்கும் இடைப்பட்ட பகுதியில், அந்திசாயும் அந்த நேரத்தில் அவள் ஏறக்குறைய மயக்கம் போட்டு விழும் நிலைக்கு வந்து, அவளுடைய மார்பும் கழுத்தும் தூணின் பளிங்குபீடம் ஒன்றின் மீது சாய்ந்தன.

விருந்துக்குத் தன்னை அழைத்திருந்தவனின் வீட்டிற்கு அந்தி சாய்வதற்கு முன் வந்தவள், எவ்வித மனச் சலனத்திற்கும் இடம் தராமல், தன்னை அவனிடம் ஒப்படைத்தாள். தான் அதுவரை திரிந்துகொண்டிருப்பதையெல்லாம் சட்டென

மறந்து, முந்திய நாளைப் போலவே விரைவில் வெற்றுடம்புடன் காணப்பட்டாள். எவ்வித முன்னேற்பாடுமின்றி அவள் தள்ளப்பட்டு ஊடுருவப்பட்ட விதம், இம்முறை அவளுக்கு முழுத் திருப்தியைத் தந்தது. அரும்புவிட்ட தன் ஆசை மொட்டுகளோடு நிறுத்திக்கொள்ள இயலாமல், அணைப்பின் ஆதித் திருப்தியில் கவலை மறந்து உறங்கவே அவள் ஏங்கினாள். அவனோ, தன்னை விடுவித்துக்கொண்டு மல்லாக்கப் படுத்தான். தன் ஆசை நாயகியின் இடையின் மீது ஈரப்பதமான உள்ளங்கையை மேயவிட்டான். ஒற்றைக்கால், ஓய்வாக உள்ள அடுத்த கை ஆகியவற்றின் துணையோடு, போர்வையின் ஈரத்தன்மையைப் படபடப்போடு லோர்னா தேடினாள். அந்நியன் ஒருவனின் விந்தும் வியர்வையும் பிணவாடையைப் போல் அவளை முகம் சுளிக்கவைத்தன. சோர்வின் காரணமாக அவள் நடுங்கினாள்.உடலின்பம் பெறத் தன்னை ஒப்படைக்கையில் ஒவ்வாமை எல்லை ஒன்றைக் கடக்க வேண்டிய நிலை அவளுக்கு மீதம் இருந்தது. இதைக் கவனித்த எமிலியோ, "என்ன விலகிச்செல்கிறாயா லோர்னா?" என்று கேட்டான்.

"எனக்கு மிகவும் புழுக்கமாக இருக்கிறது. ஒரு சிகரெட் கொடு . . ." என்றாள்.

சாம்பல் கிண்ணம், லைட்டர், அவனுடைய புலோநத் சிகரெட் பாக்கெட் ஆகியவற்றை எதிரில் வைத்தான். அந்தப் படுக்கை அறை மேசையை நோக்கி அவன் நகர்ந்தபோது அவனுடைய முதுகுத் தசை மடிப்புகள்மீது வியர்வை வழிந்து மேலும் மின்னின.

"ஏன் நீ இன்னும் சில நாட்களுக்குத் தங்கிச்செல்லக் கூடாது?" என்று எழுந்து உட்கார்ந்தபடிக் கேட்டான். தலையணையின் குவியலில் தோள்களை ஊன்றி இருந்த லோர்னா, மூச்சை இழுத்து நீண்ட புகை வளையம் ஒன்றை விட்டாள்.

"அறுவைச்சிகிச்சை திங்கட்கிழமை நடைபெறும் எனத் திட்டமிடப் பட்டுள்ளது. அவனை அதற்கு முன் பார்த்துவிடுவது என இருக்கிறேன். ஒருவேளை இதுவே கடைசிமுறையாகவும் இருக்கலாம்."

அந்த இளம் பெண்ணைச் சற்றே ஊன்றிக் கவனித்தான். கொஞ்சம் கரகரப்பான குரலில் இந்தச் செய்தியைச் சொன்னபோது, அவளிடம் எந்தச் சலனமும் வெளிப்படவில்லை.

"நீயும் அறுவைச்சிகிச்சை நிபுணர்தானே. அவன் இதிலிருந்து மீண்டுவிடுவான் என்று நினைக்கிறாயா?" எனக் கேட்டாள்.

"பேராசிரியர் கதாவெரோவும் அவருடைய குழுவும் முழு நம்பிக்கையோடு காணப்படுகிறார்கள். இருந்தாலும், எதுவும் நடக்கலாம்."

"உண்மையைச் சொல். அவன் பிழைப்பதற்கான வாய்ப்பு எப்படி?"

"எப்படித் தெரியும்? இதுபோன்றதொரு வேடிக்கையான வேலையை இதுவரை யாரும் செய்து பார்க்கவில்லையே?"

“அவன் பிழைப்பதற்கான வாய்ப்பு உண்டா, இல்லையா?” லோர்னா வற்புறுத்திக் கேட்டபோது அதில் நடுநிலையான வினோதமான தொனி இருந்தது.

“உண்மையாகச் சொல்ல வேண்டுமென்றால், என்னைப் பொறுத்தவரை குறுகிய காலத்திற்குள்ளோ அல்லது நீண்ட காலத்திற்குப் பிறகோ அவன் பிழைப்பதற்கான வாய்ப்பு ஏறக்குறைய இல்லை என்றே சொல்வேன். தண்டுவடத் தொடர்ச்சியை மீண்டும் கட்டமைத்துவிடுவார்கள் என ஒருபோதும் என்னால் நம்ப முடியவில்லை. பேராசிரியர் வைட்டின் குரங்குகள் – ஏனென்றால் அவற்றைத்தான் கணக்கில்கொள்ள முடியும் – 24 மணி நேரத்திற்குமேல் தாக்குப்பிடித்ததில்லை.

“இந்த ஆய்வு நடந்து அரை நூற்றாண்டுக்குமேல் ஆகிவிட்டது!” எனக் கத்தினாள் லோர்னா.

அவர்கள் இருவருடைய வெறுப்புகளுக்கும் இடையே இருந்த சாம்பல் கிண்ணத்தில் தன் சிகரெட்டை நசுக்கினான் எமிலியோ.

“உண்மைதான். அறிவியல் வளர்கிறது. ஸ்டெம் செல்களின் உதவியோடு உடல் உறுப்புகளை மீண்டும் உருவாக்கத் தெரிந்து வைத்துள்ளோம். இரண்டு பாலிமர் பிசின்களின் உதவியோடு நரம்பு திசுக்களை இணைப்பதும் சாத்தியம்தான். ஆனால், உண்மையை மறக்கக் கூடாது. நரம்பு மண்டலத்தின் இடையே உள்ள பெரும் எண்ணிக்கையிலான இணைப்புகளைச் சீராக்குவதில் இந்த வியக்கத்தக்க வேதியியல் பொருட்கள் உதவும் என்பதில் ஐயமில்லை. எனினும், உறுப்புத்தானம் பெறுபவரின் உடல் வெப்ப அளவு சராசரிக்கும் கீழே இறங்கியிருக்க, கொடையாளியே மூளைச்சாவு நிலையில் இருக்க, தனக்கெனத் தனி இயக்க நோக்கங்களைக் கொண்ட லட்சக்கணக்கான தசைநார்களை எவ்வாறு குறுகிய கால அவகாசத்துக்குள் இணைக்க முடியும்?

சிறு தவறுகூட ஏற்படக் கூடாது என்னும் இயலாத இலக்கோடு சின்னஞ்சிறு குழுக்களாகப் பிரிந்து செயலாற்றும் நூற்றுக்கணக்கான மருந்தாளர்கள், அறுவைச்சிகிச்சையாளர்கள் அடங்கிய இந்த மகத்தான கூட்டு முயற்சி எந்த அளவு ஒன்றியிருந்தால் சிகிச்சை பெறுபவரின் தந்தைக்கு உறுதியளித்திருக்க முடியும்?

உடல் முழுமைக்குமான கதிர்வீச்சு, உடலின் நோய் எதிர்ப்புசக்திகளின் முடக்கம், செயலிழப்பு, உளவியல்சார் மறுதலிப்புகள் ஆகியவற்றின் விளைவுகள் உள்ளன என்பதையும் மறந்துவிடக் கூடாது”.

“அவர்கள் முயற்சிக்கு வெற்றி கிடைக்கும்! செதெரீக்கின் அப்பா அதற்குத் தேவையான பணத்தைக் கொடுத்துள்ளார்!” எனக் கத்தினாள் லோர்னா.

“உன் செதெரீக் ஒரு சகல வசதி படைத்த சொகுசான பரிசோதனை எலி. அவனுடைய உயிரின் விலை 1.2 கோடி ஈரோ போகும். மருந்துத்

தொழிற்சாலையின் முன்னணித் தொழிலதிபருக்கு இது ஒரு சாதாரணத் தொகை! ஆனால், ஒன்றை மட்டும் எழுதி வைத்துக்கொள். உடல் மாற்று உறுப்புச் சிகிச்சை வரலாற்றிலாவது அவன் நிரந்தரமாக இடம் பெறுவான்".

ஜன்னல் கம்பிகளின் ஊடாகத் தெரியும் இருட்டை நோக்கிய லோர்னா, பதற்றத்துடன் தன் சிகரெட் துண்டைக் கசக்கினாள். இதற்குமேல் ஏதாவது அதிகமாக ஒரு வார்த்தை வந்தால்கூட, அடுத்த நாள் என்பது சாத்தியமில்லை. விடியும் முன்னே துய்ரேன் செல்லும் ரயிலில் ஏறிவிடுவாள். கழுத்துவரைப் போர்வையை இழுத்துக்கொண்டு, தன் உடலால் மட்டுமே யாருக்கும் துரோகம் இழைத்துவிட முடியாது என நினைத்தாள். மனதில் சிறு கசப்புணர்வுடன் ஏற்கெனவே இருந்ததைவிட மேலும் அன்னியமாகப் பிரிவார்கள். அவ்வளவுதான்!

11

மருத்துவமனையில் உள்ள தனது அறையில், அமீனா முன்னிலையில், அதுவும் மனோதத்துவ வல்லுநர்களின் பரிந்துரைக்குப் பிறகுதான், பேராசிரியர் கதாவெரோ முறைப்படி விளக்கியுள்ள அறுவைச்சிகிச்சை முறைக்குத் தன் ஒப்புதலை வழங்குவதா இல்லையா என்று சொல்ல வேண்டிய கட்டாயம், பாதுகாப்புச் சிறையில் உள்ள நோயாளிக்கு இருந்தது. எப்படியும் பிழைக்கப்போவதில்லை என உறுதியாக நம்பிய செதெரீக், எதிர்காலத்தில் ஏற்படக்கூடிய தாக்கங்கள், பின்விளைவுகள் குறித்தெல்லாம் ஒருபோதும் யோசித்துப்பார்க்கவில்லை. இடம், காலம் ஆகியவை குலைந்துபோய் உடல் சிறையில் சிக்கி மீள முடியாமல் சித்ரவதையை அனுபவிப்பதைவிட இது அவனுக்கு நல்லதுதான். இந்த முயற்சி, எதிர்பாராதவிதமாக அவனுடைய சுய செயல்பாட்டினைச் சிறிதளவாவது மீட்கவைக்கும் அளவில் அமைந்தால், தன் விதியைக் குறித்து முடிவெடுக்க உடல் ஆற்றலையாவது அவன் பெறக்கூடும்.

அனைவரும் வெளியேறியவுடன், தன் மனதிற்குள் ஊடுருவ முடியாத, இண்டு இடுக்குகளில் இருந்த பெரும் பாரம் வெகுவாகக் குறைந்துபோனது போன்ற நிம்மதியை அவன் பெற்றான். விரைவில் எல்லாம் முடிவுக்கு வந்துவிடும். கழுத்துத் தண்டுவட எலும்புக் கொக்கியில் மாட்டப்பட்டுள்ள இந்த உருக்குலைந்த உடலோடு தலையைச் சேர்த்துவிடுவார்கள்.

டி.எச். லாரன்ஸ் விவரிக்கும் இந்த வாழ்வெனும் சூன்யம் நாளடைவில் 'அகண்ட பிரபஞ்ச வெறுமை'யில் சங்கமிக்கப்போகிறது. நொடிப் பொழுதுகளால் ஆன பல யுகங்களைக் கொண்ட பாதாளத்தில் இருந்த அவனுக்கு, நெருங்கிவரும் இன்மை வினோதமான வகையில் தெளிவானது.

தன் பார்வையின் கோணத்தை மாற்றாமல் சூரியக் கதிரின் ஒளியில், விரிப்பின் மீதுள்ள தன் இடது கையின் மேற்பரப்பில் வருடிக்கொண்டிருக்கும் தூசியையே பார்த்துக்கொண்டிருந்தான். புதிய உயிர்வகை ஒன்றை உருவாக்கும் முக்கிய பணியில் தலையைக் கொய்வது நாளை அல்லது நாளை மறுநாள் நிறைவேறக்கூடும். அவனுடைய தலையைத் துண்டிக்கப்போகிறார்கள். அச்செய்தி, அவனை முற்றிலுமாகச் சிலிர்க்க வைத்தது. இந்தச் சாத்தியக்கூறினை

நினைத்துப்பார்த்த செதெரீக் தூக்கத்தில் சொக்கி சீக்கிரமே கனவின் உணர்வுகளால் அலைக்கழிக்கப்பட்டான். மெழுகுவர்த்தியின் உருகிய மெழுகை அவனுடைய முகத்தின்மீது ஏன் சொட்டச்செய்கிறார்கள்? இரண்டு மெழுகுவிளக்குகளின் ஒளியில் பியானோ போன்ற கருமை நிறம் கொண்ட ஒரு பலகையின் மீது அவன் இரண்டாக வெட்டப்பட்டுக் கிடந்தான். உடலின் எந்தப் பகுதியில் அவனுடைய மனச்சாட்சி தஞ்சமடைந்தது என்று தெளியாத பதற்றம் அவனிடமிருந்து செவிக்கு விளங்காத ஒலி ஒன்றை எழச் செய்தது. எங்கிருந்து வந்தது என ஊகிக்க முடியாததாக அது இருந்தது. அந்தச் சத்தம் வந்தது தோள்களுக்குமேல் உள்ள மூச்சுக்குழலிலிருந்தா அல்லது எவ்வித இணைப்பும் இல்லாமல் உள்ள தன் கழுத்துப் பகுதியிலிருந்தா எனத் தெரியவில்லை. கணிசமான தூரத்தில் ஒலித்த பெண்ணின் குரல், படுத்திருந்த பலகையில் அதிர்வை உண்டாக்கியது. கண்களைத் திறந்து பார்த்தபோது, குனிந்தபடித் தன்னைப் பார்த்துக்கொண்டிருந்த லோர்னாவின் முகத்தைக் கண்டு கொண்டான்.

“என்ன தூங்குகிறாயா?” என்று அவள் கேட்டபோது, அவனுடைய உதடுகள்மீது வெப்பமான கண்ணீர்த்துளி விழுந்தது.

“வந்ததற்கு ரொம்ப நன்றி” என்ற அவனுடைய முனகல் அவன் விட்ட சுவாசத்தைவிடச் சற்றே அதிகம் கேட்டது என்று சொல்லலாம். “நாளைக்கு என்று நினைக்கிறேன் . . .” என்றான்.

“இல்லை. நாளை மறுதினம். திரு. கதாவெரோவின் உதவியாளரைப் பார்த்துவிட்டுத்தான் வருகிறேன்.”

“பிசியோதெரபி, உறுப்புகளின் இயக்கக் குறைபாடு, உளவியல் உதவி.. எனப் பலவற்றைப் பற்றி என்னிடம் பேசினார்கள்.”

“நிச்சயமாக எல்லாமே தயார்நிலையில் இருக்கின்றன. அறுவைச் சிகிச்சைக்குப் பிறகு மன உறுதியும் வேண்டும், சிறிது காலம் பொறுத்திருக்கவும் வேண்டும்”.

கையைத் தூக்கித் தன் காதலியின் கூந்தலை வருடவும், அவளுடைய அழகான கன்னத்தைத் தொடவும் செதெரீக்கிற்கு விருப்பம்தான். பிரபலமாக வேண்டும் எனும் ஆவலில் உள்ள அறுவைச்சிகிச்சையாளர்களைக் கொண்ட இக்குழு ரகசியமாக மேற்கொண்டுள்ள பித்துக்குளித்தனமான இம்முயற்சியில் இவன் பிழைப்பான் என ஒருகணமாவது நினைத் திருப்பாளா?

“எனக்கு நம்பிக்கை இருக்கிறது. நீ மீண்டும் உன் பழைய துடிப்பையும், வாழ்வின் சந்தோஷத்தையும் உன் அன்றாடப் பணியையும் மீட்டு விடுவாய் . . .” அவனை உற்றுக் கவனித்தபடிச் சொன்னாள்.

சகித்துக்கொள்ள முடியாத அளவு தன்னுள் குத்திட்டு நின்ற அவளுடைய பார்வையின் முன், தான் உயிர் பிழைக்க முடியும் என்ற ஒரே எதிர்பார்ப்பும் எட்ட முடியாத தூரத்தில் உள்ளது என்பதை அவன் உணர்ந்தான். அவனுடைய காதலுக்குத் தனித்துவமான உருவத்தைத் தரும்

ஏராளமான இணைப்புகளில் யாதொன்றையும் இழக்காமல் எவ்வாறு தன் உயிரோடு மீண்டும் அவனால் ஒட்டிக்கொள்ள முடியும்? அந்த அளவிற்கு இப்பெண் அவனுடன் மிக நெருக்கமாகப் பயணித்தவள். எவ்விதத் தயக்கமுமின்றித் தன்னை முழுமையாக இவனிடம் ஒப்படைத்தவள். அழிந்து போன தன் உடலில் ஆசைக்கான எண்ணம், ஒரு குறியீட்டைப் போல் கடந்துசெல்கிறது என்பதை உணர்ந்தபோது லேசாகச் சிரிப்பு வந்தது.

“சிகிச்சை வெற்றிபெறாமல் போகாது. அதில் நிறைய அறிவியல் நோக்கங்கள் அடங்கியுள்ளன” என லோர்னா உறுதியாகக் கூறினாள்.

“அவை மட்டுமா? பணம்! விபத்து நேர்ந்தவுடன் நீதான் என் அப்பாவுக்குத் தகவல் சொன்னாய். அப்படித்தானே? சரி, எப்படி அவரைக் கண்டுபிடித்தாய்?”

“உண்மையில், நீ யார்? சிறிய பிரீஃப்கேஸ் ஒன்றின் உள் அறையில் கேட்பாரற்றுக் கிடந்த பழைய கடவுச்சீட்டிலிருந்துதான் கண்டுபிடித்தேன். அந்த நேரம் நான் ஒரு பிரீஃப்கேஸைத் தேடிக் கொண்டிருந்தேன்.”

“இணையத்தில் நீ உன் விசாரணையைத் தொடர்ந்திருக்கிறாய். பெயர்களை வைத்துக்கொண்டு ஒப்பிட்டுப்பார்த்திருக்கிறாய். பள்ளிக்கூட குழுப் படம் ஒன்றில் செதெரீக் ஆலின் வெபெர்சன் எனும் ஒரு நபரைக் கண்டுபிடித்திருக்கிறாய்”.

“ஆமாம். ஆனால், இல்லை. அந்தப் பொறுப்பை என்ன காரணத்திற்காகவோ இணையத்தைப் பயன்படுத்தும் யாரோ ஒருவர் ஏற்றுச் செய்தார். அதைப் பற்றிச் சொல்லப் பெரிதாக ஒன்றும் இல்லை. உண்மையான அடையாளத்தை மறைத்து என்னோடு நீ போலியாக வாழ்ந்துள்ளாய் என்பதை அறிந்து நான் மனம் உடைந்துபோனேன். என்னவொரு நம்பிக்கைத்துரோகம்! ஏதோ ஒற்றன் ஒருவனுக்கு நான் ஒரு போர்வைபோலவும் சட்டபூர்வமாகப் பாதுகாத்துக்கொள்வதற்கான சான்றாகவும் அல்லவா மாறியிருக்கிறேன்?”

இன்னதென்று தெரியாததொரு குழப்பத்தோடு அவளைச் செதெரீக் உற்றுப் பார்த்தான். அவன் இருக்கும் நிலையில், அங்கு வெளிப்பா[illegible] உணர்வுகளின் முன் எந்தவொரு அடையாளமும் முக்கியத்துவம் பெற்றிருக்க முடியாது. எவ்விதப் பெயரும் இல்லாமல் பிறக்கும் உயிரினங்கள் எவ்வித ஓசையுமின்றி மறைந்து போகின்றன. சந்திப்புகள், சில நேரங்களில் இறுக்கமான தழுவல்கள் இவற்றைத் தவிர்த்து எதுவும் இல்லை. எங்காவது பறவைகளோ எலிகளோ தங்கள் பிறப்பு, இறப்புக் குறித்துக் கவலைப்படுகின்றனவா? எனினும் எந்தக் கருத்தும் தெரிவிக்காமல் அமைதிகாத்தான்.

“அப்படியென்றால், என் அப்பாதான் இந்த ஆட்களுக்குப் பணம் கொடுக்கிறாரா?” குற்றச்சாட்டுகளால் அவன் மூளையை ஆட்டுவித்துக் கொண்டிருந்த சித்தரவதைகளால் சோர்ந்துபோய்ப் பெருமூச்சுவிட்டபடிக் கேட்டான்.

“ஆமாம். நிச்சயமாகப் பெரும் தொகைதான்! அவருடைய கூட்டாளிகள் ஏறக்குறைய எல்லாவற்றையும் கவனித்துக்கொள்கிறார்கள். நீ எதைப் பற்றியும் பயப்படத் தேவையில்லை.”

தன் கைக்கடிகாரத்தைப் பார்த்த லோர்னா, இன்னும் சிறிது நேரத்தில் புறப்பட வேண்டி இருப்பதால் பரபரப்பானாள். அதைப் பற்றி அவனிடம் சொல்லும் தைரியம் அவளிடம் இல்லை. கால்களைப் பின்னிக் கொண்டு, தன் கைப்பையின் மீது இருந்த விரல்கள் லேசாக அதைப் இறுகப் பற்றிக்கொண்டன.

“நான் உன்னை நேசிக்கிறேன்” என விடைபெறும் தொனியில் அவள் கூறியபோது, குரலில் எவ்விதத் தயக்கமும் இல்லை.

பார்வையிலிருந்து லோர்னா மறைவதை அவன் பார்த்துக் கொண்டிருந்தான். உடல்ரீதியாக உணர்வுகளை வெளிப்படுத்தும் வகைகள் எவ்வாறு தர்க்கரீதியான மனதைத் தேவையின்றிப் பாதிக்கின்றன என்பதை அவனுடைய உடற்கூட்டின் ஆழத்திலிருந்து புரிந்துகொண்டான். குடல் வால் போன்ற பயனற்ற உறுப்புகளுக்கு எவ்வாறு எந்தப் பயன்பாட்டையும் டார்வின் வழங்காததுபோலவே உணர்வுகளின் செயல்திறனுக்கும் வழங்கவில்லை என்பது நினைவிற்கு வந்தது. நம் மூதாதையரிடமிருந்து பெறப்பட்ட முக்கியத்துவமற்ற கொடை. எனினும், மிகவும் அத்தியாவசியமான சக்திகளிடமிருந்து துண்டிக்கப்பட்டுவிட்ட நிலையில், காதலின் அனைத்து உணர்வுகளையும் பதிவு செய்வது மட்டும் இவனுடைய மூளைக்கு எப்படிச் சாத்தியமாகிறது? காதல் நோயிலிருந்து முற்றிலுமாக அவன் விடுபட வேண்டும் என்றால், விரைவில் இவனுக்கு ‘லொபோடோமி’ எனப்படும் மூளை அறுவைச்சிகிச்சை செய்தாக வேண்டும். உணர்வுகள், அவனது மூளையின் ஒரு பகுதியில் நினைவின் தீப்பொறிகளைப்போல் பறந்துகொண்டிருந்தன. நாளைய மறு நாள், அவன் கதை முடிந்துவிடும் என்பதில் அவனுக்குச் சந்தேகமில்லை. விடைபெறும் அந்த இறுதிச் செய்கையில், லோர்னாவும் அவள் தொடர்புடைய அத்தனை விஷயங்களும் நொடிப்பொழுதில் மறைந்துவிடும் என அவன் நம்பினான். இது அபீன் வெபெர்சனின் பாழாய்ப்போன பண பலத்தால் மட்டுமல்ல, விதியின் சோகமான முரண்நகையின் காரணமாகவும் நிகழும்.

12

அதிநவீன ஏவுகணையைச் செலுத்தும் துல்லியத்தோடு அறுவைச்சிகிச்சைக்கான முன்னேற்பாடுகள் செய்யப்பட்டுவந்தன. வரவேற்பிற்கும் உன்னதமான தொழில்நுட்பத்திற்கும் பெயர்பெற்ற தனியார் மருத்துவ மனையான சான் செவெரோ புதுப்பிக்கப்பட்ட நிலையில் இதற்கெனத் தயார் நிலையில் வைக்கப்பட்டிருந்தது. தன் நெடுநாளைய நண்பரும், பலேர்ம் மருத்துவப் பல்கலைக் கழகத்தின் புகழ்பெற்ற மருத்துவருமான பேராசிரியர் எம்மேரிட்ஸின் எச்சரிக்கைகளை முற்றிலுமாக உதாசீனம் செய்யாமல் போனாலும், ஞோர்ஜியோ கதாவெரோ அவருடைய கோரிக்கையை ஏற்றுக்கொண்டார். இன்னும் சில வாரங்களில், சான் செவெரோ மருத்துவமனை பொதுமக்கள் சேவைக்கென மீண்டும் இயங்கியாக வேண்டும். முயற்சி தோல்வியில் முடிந்தால், நிறுவனத்தின் நற்பெயருக்குக் களங்கம் ஏற்படாமல் இருப்பதற்காக ஒப்பந்தத்தில் முன்னெச்சரிக்கையாகச் சில சரத்துகள் சேர்க்கப் பட்டிருந்தன. மாறாக, வெற்றியடைந்தால், இந்தச் சாதனையை அதிகமாகக் கொண்டாடப்போகும் ஊடகத்தின் வாயிலாக நிறுவனம் பலனடைந்துவிடும். எய்மே ரிட்ஸ்க்கு எந்த நஷ்டமும் ஏற்படப்போவதில்லை. இறுதி ஒத்திகையைப் போல், ரகசியமாகத் தங்கள் புதிய உபகரணங்களோடு அறுவைச்சிகிச்சையாளர்களைக் கொண்ட பத்துக் குழுக்களை அவர் தயாராக வைத்திருந்தார். இம்முயற்சியில் தனக்கு எழக்கூடிய சட்டச் சிக்கல்கள் எல்லாவற்றையும் குறித்துத் தன் வழக்கறிஞர்களுடன் விவாதித்திருந்தார். எல்லாம் அதனதன் இடத்தில் ஆயத்த நிலையில் இருந்தன.

தானம் தருபவரின் உடலைச் செயற்கை சுவாசக் கருவிகள் அடங்கிய படுக்கையில் ஹெலிகாப்டர் மூலமாகச் சற்று முன்தான் வரவழைத்திருந்தார்கள். அந்த இடத்தின் உரிமையாளர் ஒரு நரம்பியல் அறுவைச்சிகிச்சையாளராவார். பணி ஓய்வு பெறும் நிலையில் இருந்த அவர், உடல் மாற்று சிகிச்சையின் முக்கிய தருணங்களின்போது உடன் இருக்கும் சலுகையைப் பெற்றிருந்தார். முன்னாள் மாணவரான இவர், இளம் மருத்துவராக இருந்தபோதே நரம்பு மண்டல உபாதைகளின் தணிப்புக்கான உத்திகளில் முக்கிய முன்னேற்றங்களைக் கண்டவராக விளங்கியவர்.

உறுப்பு மாற்றுச் சிகிச்சை என்பதைவிட, நரம்புநோய் மயக்க மருந்தியல் தொழில்நுட்பத்தில் அதிக ஆர்வமுள்ளவர் என்பதும் அவருக்குத் தெரியும். உயிர்த்தெழுப்புதல் எனும் இந்தக் கலையில் அல்லது அறிவியலில், கதாவெரோ இதுவரைத் தன் நற்பெயரைக் காப்பாற்றிவந்துள்ளார். உறுப்பு மாற்றுச் சிகிச்சை மிகவும் மதிப்பு வாய்ந்தது என்றபோதிலும் இப்போது சாதாரணமாகிவிட்டது. இதன்மூலம் கிலாஸ்கோ கணக்கீட்டின்படி 3ஆம் நிலைக் கோமா நிலையில் கைவிடப்பட்ட நோயாளிகளைக்கூடக் காப்பாற்றியிருக்கிறார். மென்மேலும் புகழடைய வேண்டும் எனும் வேட்கையில், கதாவெரோவும் அவருடன் பணியாற்றுபவர்களும் பல செயற்கரிய சவால்களில் ஈடுபட்டுவருகின்றனர். விளம்பரம், போட்டி, அல்லது சாதாரணமாக ஏகபோகம் எனப் பல்வேறு நிர்ப்பந்தங்களின் காரணமாகத் தங்கள் திட்டமிடலை இவர்கள் துரிதப்படுத்தி இருப்பார்களோ எனும் சந்தேகம் எம்மே ரிட்சுக்கு இருந்தது. பணம் செலவிடுபவர் தரும் பதற்றமான அழுத்தம், மருத்துவமனைப் பரிவாரங்கள்மீது விழும் பெரும் செலவினங்கள், பிற துறைகளின் சிறப்பு நிபுணர் குழுக்களை எந்நேரமும் தயார் நிலையில் வைத்திருப்பது ஆகியவை இந்தக் களேபரத்தின் முக்கிய அம்சங்களாக அமையும்.

ஏப்ரல் முதல் தேதியன்று, விடியும் முன்பே அறுவைச்சிகிச்சையின்போது பின்பற்ற வேண்டிய நெறிமுறைகள் அனைத்தும் ஆயத்தநிலையில் இருந்தன. அந்த வளாகத்தின் அத்தனை அறுவைச்சிகிச்சை அறைகளும் மருத்துவச் சேவைக்கெனத் தயார் நிலையில் வைக்கப்பட்டன. அந்த மருத்துவக்குழுவில் மூன்று மயக்க மருந்தியல் நிபுணர்கள், சில செவிலியர்கள், சிறு குழுக்களாகப் பிரிந்து பணியாற்ற அறுவைச்சிகிச்சை நிபுணர்களைக் கொண்ட ஒரு படை எனப் பலர் இருந்தனர். துல்லியமானதொரு முன்னேற்பாட்டின் காரணமாக, சிக்கல் மிகுந்த ரயில் பாதைகளின் தண்டவாளங்களின் மீது நடப்பதுபோல் இவர்கள் உலாவிக்கொண்டிருந்தனர். செதெரீக்கின் விஷயத்தில், ஜெனரல் அனெஸ்தீசியா எனும் முழுமையான மயக்கநிலையின்போது, குறைந்தபட்சம் அறுவைச்சிகிச்சையின் முதல் கட்டத்தில் செயற்கை சுவாசம் தேவைப்படாது. மாறாக, தெரபெட்டிக் ஹைப்போதெர்மியா தேவைப்படும். தங்கள் கண்காணிப்புக் கருவிகளின் உதவியோடு இருந்த அனைத்து மருத்துவர்களின் கவனமும், நோயாளியின் கழுத்துப் பகுதியில் சீரான ரத்த ஓட்டம் உள்ளதா என்பதிலேயே இருந்தது. அறுவைச்சிகிச்சைக்கெனப் பொருத்தப்பட்டிருந்த விளக்குகளின் மாசற்ற ஒலியில், இரண்டு அறுவைச்சிகிச்சை மேசைகள் அடுத்தடுத்துப் போடப்பட்டிருந்தன. அந்த வளாகத்திலேயே மிகப் பெரிய அறையில் இம்மேசைகள் இருந்தன. அங்குக் கிருமித் தொற்று ஏற்படாமல் தடுக்கப் பலகட்டத் தணிக்கைகள் தேவைப்பட்டன. மயக்க மருந்து தரப்பட்ட நிலையில், அசாதாரண துல்லியத்தோடு இயங்கும் அறுவைச்சிகிச்சை எந்திரங்கள், செயற்கை சுவாச எந்திரம், நகரும் மேசைகள், அவற்றின்மீது வரிசையாக அடுக்கி வைக்கப்பட்ட மின் கத்திகள், இதற்காக வடிவமைக்கப்பட்ட ஏனையச் சிறப்புக் கருவிகள் என அறுவைச்சிகிச்சைக்கான தளவாடங்கள், கையுறைகள் ஆகியவற்றைக் கிருமித்தொற்று ஏற்படாதவாறு வடிவமைக்கப்பட்ட முகக்கவசத்தோடான

சீருடையோடு இருந்த ஆண்கள், பெண்கள் என ஒரு பெரிய குழுவிடம் விரைவாக ஒப்படைக்கப்பட்டன. ஒரு மீட்டர் இடைவெளிக்கும் குறைவான தூரத்தில் இரண்டு உடல்களும் வைக்கப்பட்டபோது விசித்திரமான அமைதி நிலவியது. அறுவைச்சிகிச்சைக்கூடத்தில் நடைபெறக்கூடிய பிரமிக்கத்தக்க சாகசக்கலை அந்த நேரத்தில் அரங்கேறியது. அப்போது இந்த நிகழ்வில் பலர் பங்கேற்றார்கள்: மிலன் பல்கலைக்கழக மருத்துவமனையின் பேராசிரியர் எமிலா பால்தினி. இவர் பாலித்தலின் கிலைக்கோல், சித்தாசோன் ஆகியவற்றைப் பயன்படுத்துவதன்மூலம் தண்டுவடத்தில் உள்ள பாதிக்கப்பட்ட நரம்புத் திசுக்களை மீட்டெழச் செய்யும் முயற்சி எடுத்தவர்களில் ஒருவர் பேராசிரியர் மிராமி. இவர் ஸ்பாலின் மருத்துவமனையின் நரம்பியல் அறுவைச்சிகிச்சைத் துறையில் ஆற்றிய சேவைக்காக விருது பெற்றவர். சாம்செவெரோ மருத்துவமனையின் இயக்குநரான எம்மே ரிட்சும் இக்குழுவில் இடம்பெற்றிருந்தார். இவர்கள் அனைவரும் நிகழ்வை நேரில் காணவே வந்திருந்தனர். தோல்வியடைய நேர்ந்தால் நழுவிச்சென்றுவிடவும் தயாராக இருந்தனர். அறுவைச்சிகிச்சையாளர் குழுவின் முதல் அணியினரான நரம்பியல் அறுவைச்சிகிச்சையாளர்கள் அடங்கிய குழுவிடம் பணியை ஒப்படைக்கும் முன்பாக ழோர்ழியோ கதாவெரோவைச் சுற்றிலும் பெரும் பரபரப்பு நிலவியது. உடல் மாற்றம் நடைபெறும்போது ஏற்படக்கூடிய சங்கடத்தைத் தவிர்க்க அருகருகில் கிடத்தியபோதுதான் அத்தகைய பரபரப்பு நிலவியது. காரணம், அவற்றில் ஓர் உடல் மூளைச்சாவு அடைந்த நிலையில் இருந்தது. மற்றொன்றோ செயற்கையான கோமா நிலையில் இருந்தது. இரண்டுமே ஏறக்குறைய ஒரே உடலமைப்போடு இருந்தன என்றாலும், செதெரீக் அலீன் வெபெர்சனின் உடல், பல மாதங்களாக அசைவின்றிக் கிடந்த காரணத்தால் மிகவும் நிலைகுலைந்துபோய் இருந்தது. உடல் தானம் தருபவரின் கறுத்த தேகம் கட்டுக்குலையாமல் இருந்தது. தானம் தருபவரின் தலையில் கட்டுபோடப்பட்டிருந்தது. அதன் கீழ்த் துணியால் மூடப்பட்ட முகத்தில் இளம்தாடியின் கருமுடிகளுடன் கீழ்த்தாடையின் ஒரு பகுதி தெரிந்தது. அந்த நபரின் கழுத்தில், சிவப்பு நிற மையில் கோடுபோட்டுக் குறியிடப்பட்டிருந்தது. எலும்பைத் தொடும் ஆழத்திற்குத் தசையின் மீது கத்தி இறங்கியது. தசைத் திசுக்கள், இரத்த நாளங்கள், மூச்சுக்குழாய் அல்லது உணவுக்குழாய் என அனைத்தையும் நுட்பமாக முதல் குழு தயார் நிலையில் வைத்துக்கொண்டிருந்தது. அதே நேரத்தில், உடல்களை மாற்றிவைக்கும் நிகழ்வு நடைபெறுவதற்கு முன்பாக, மற்ற இரண்டு குழுக்களும் ஒரே நேரத்தில் இரண்டு தண்டுவடங்களையும் வெட்ட ஆயத்த நிலையில் இருந்தனர். மின்சாதனக் கத்தி ஒன்றின் உதவியோடு கொடையாளிக் கழுத்தின் கீழ்ப்பகுதியை அவருடைய எஞ்சிய பிணைப்புகளிடமிருந்து வெட்டி எடுக்கும் நேரத்தில், பேராசிரியர் கதாவெரோவும் அவருடைய குழுவும் அதே அறுவைச்சிகிச்சையைத் செதெரீக் அலீன் வெபெர்சன் உடலில் மேற்கொண்டார்கள். ஏற்பாடுகள் அற்புதமாக ஒருங்கிணைக்கப்பட்டிருந்ததால், இரண்டு உடல்களின் துண்டிப்பு நிகழ்வு மிகவும் துல்லியமாகக் கணக்கிடப்பட்டிருந்தது. செவிலியர் வந்து, பெயர் தெரியாத அந்தக் கொடையாளியின் தலையை வெட்டி முடித்த அடுத்த நொடியே வெளியே எடுத்துச்சென்றார். அதன்

ரத்தம் மற்றும் நிணநீர் ஒற்றி எடுக்கப்பட்டன. துண்டிக்கப்பட்ட உடலின் அசைவுகள், உயிர் பராமரிப்புக் குழுவின் கண்காணிப்புக் கருவிகள் கொண்ட அமைப்பில் இணைக்கப்பட்டன. தானம் பெறுபவரின் துண்டிக்கப்பட்ட தலையை அந்த அனாமதேய நபரின் மேசையை நோக்கிக் கதையில் வருவதுபோன்ற உரிய கவனத்துடன் கொண்டு வந்தனர். அந்த மேசை பல்வேறு சென்சார்கள், கொக்கிகள், எலெக்ட்ரோட்கள் எனப் பலவற்றால் பிணைக்கப்பட்டிருந்தது. தானம் பெறுபவரின் உடல் அப்படிக் கொண்டுவரும்போது மீண்டும் ஒருமுறை அங்குப் பணியில் இருந்தவர்களிடயே புதிய பரபரப்பு ஏற்பட்டது. திடீரெனத் தர்க்கரீதியாக எழுந்த ஒரு பிரச்சினைதான் அதற்குக் காரணம் என்பதில் சந்தேகம் இல்லை. பிளாஸ்டிக் பை ஒன்றில் வைத்து எடுத்துவரப்பட்ட இந்தத் தலை மட்டுமே மாற்ற வேண்டிய உறுப்பு அல்லது பொருள்போல் தோன்றியது. பலியிடப்பட்ட பரிதாபகரமான நிலையில் மேசையில் கிடக்கும் இந்தப் பெரும் உடலின் முன் அந்தத் தலை தனித்துத் தெரிந்தது. தலைதான் மாற்ற வேண்டிய உறுப்பு! ஆனால், ஒவ்வொரு நொடியும் அசைவற்றுக் கிடக்கும் அந்த உடல்மீது சந்தேகப் பார்வையை வீசியவாறு, அது உயிர் பிழைக்குமா எனக் கணக்கிட்டுக்கொண்டிருந்தனர். கொடையாளியின் துண்டிக்கப்பட்ட தொண்டையைப் பெறுபவரின் கழுத்து, ஆறாவது கழுத்தெலும்புத்துண்டு, தைராய்டு சுரப்பி, தொண்டைக்குழி ஆகியவற்றில் பொருத்தினர். தானம் பெறுபவரின் வெட்டப்பட்டிருந்த கழுத்திற்கு அருகில் கொண்டுவந்த பிறகு, இதுவரை மேற்கொண்டிராத மிகவும் துணிச்சலானதொரு வழிமுறையில், தலையின் தண்டுவட நரம்புகளையும் கொடையாளியின் ஆரோக்கியமான உறுப்பையும் மீண்டும் இணைத்தாக வேண்டும். இதே வேளையில், மற்ற அறுவைச்சிகிச்சையாளர்கள், ரத்த நாளங்கள், நரம்புகள், செல்கள், தசை நார்கள் ஆகியவற்றைப் பாதுகாக்கும் பணியில் சாகச விளையாட்டினைப் போல் உடலைப் பலவாறு வளைத்துச் செய்து முடித்தனர்.

முதுகுத் தண்டுவடத் தொடர்ச்சியை மீண்டும் உறுதி செய்வதுதான் மிகவும் நுட்பமானதாகும் எனும் செய்தியைப் பேராசிரியர் கதாவெரோ பத்திரிகையாளர்களிடம் திரும்பத்திரும்பக் கூறிவந்தார். விலங்குகள் உரிமை பாதுகாப்புக் குழுக்கள் வெறுக்கும்விதமாக 50 ஆண்டுகளுக்கு முன்பாகவே நரம்பியல் அறுவைச்சிகிச்சையாளரான ராபர்ட் ஜெ. வைட், குரங்குத் தலைகளை எடுத்து அதே இன உடல்களில் பொருத்தியிருந்தார். ஆனால், நரம்பு மண்டலத்தை மட்டும் இவரால் உயிர்ப்பிக்க இயலவில்லை. எண்ணிலடங்காச் சிக்கல்களைக் கொண்ட இந்த இணைப்புகளைச் செயல்பட வைக்கக் கூடிய வேதியியல் பொருட்களின் உதவி இப்போது கிடைக்கிறது. தன் ஊழியர்களின் நெற்றியில் துளிர்த்திருந்த வியர்வையை ஒற்றியெடுக்கும்படிச் செவிலியர்களைப் பார்த்து கதாவெரோ சைகை காட்டினார். ஆக்ஸிஜன் உட்செலுத்தும் டியூபைப் பொருத்தும் நபரைக் கடிந்துகொண்டார். ஒரு கணம் குழம்பிப்போய், அபஸ்வரமாக ஒலிக்கும் இசைக் குழுவின் தலைவர்போலவோ மூழ்கும் நிலையில் உள்ள கப்பலின் தலைமை மாலுமிபோலவோ தன்னை உணர்ந்தார்.

அறுவைச்சிகிச்சை மேஜையைக் கவனிப்பதில் பல மணிநேரம் கழிந்தன. தங்கள் பணிகளை மாற்றிக்கொள்ளும் மிகவும் முக்கியமான தருணங்களின்போது பல நிமிடங்கள் விரயமாயின. கைகள் தயங்கின. சில குழுக்கள் முற்றிலுமாகச் சோர்ந்திருந்ததைப் போல் தோன்றின. எப்படிப் பார்த்தாலும் இவ்வளவு முன்னேற்பாடுகளுடன் கவனமாக மேற்கொள்ளப்படும் இந்த அறுவைச்சிகிச்சை ஒரு சூதாட்டம்தான். இதில் அவருக்குத் தோல்வி ஏற்பட்டால் கிடைக்கும் தண்டனை, இத்தாலியின் பலேர்ம் பகுதி மாஃபியா கும்பலின் தண்டனையைவிடக் கொடுமையானதாக இருக்கும். அச்சத்தில் அவருடைய பின்கழுத்து, கண்ணிமைகள் ஆகியவற்றில் வியர்வை வழிந்தது. அவருடைய மருத்துவப் பணி, நற்பெயர், எதிர்காலம் இவை அனைத்தும் இதில் பணயம் வைக்கப்பட்டுள்ளன.

இத்தகைய ஊசலாட்டமிக்க சில நொடிகள் அவருள் பெருமளவில் அட்ரினலீனைச் சுரக்கவைத்துவிட்டன. எரிச்சலில் சத்தம் போட்டு நிலைமையைத் தன் கட்டுக்குள் கொண்டுவந்தார். பணியில் இருந்த பத்துக்கும் மேற்பட்ட மருத்துவர்கள் உடனடியாக வேலையில் இறங்கினர். உடலமைப்பிற்கு ஏற்றவாறு கிடத்தி வைக்கப்பட்டிருந்த உடல் மற்றும் தலையின் நரம்புகள் இப்போது அவற்றின் நுண்ணிய நாளங்களில் இணைக்கப்பட்டிருந்தன.

தமனிகளையும் கழுத்து நரம்புகளையும் இணைத்தபின், தலையின் நரம்புத் திசுக்கள் ஆகியவை இயங்கும் நிலையில் வைக்கப்பட்டிருந்த உடலுடன் இணைக்கப்பட்டன. அவற்றின் நுண்ணிய இரத்த நாளங்கள் இணைந்தவுடன் குருதி ஓட்டம் மீண்டும் சீரானது. தண்டுவடத் திசுக்களை ஒட்டவைத்து, எலும்புத் தொகுதிகளைச் சரிசெய்தார்கள். ஆக்ஸிஜன் சுவாசத்தாலும், நரம்பின்மூலம் செலுத்தப்பட்ட மருந்துகளின் பலனாகவும் ஏறக்குறைய இறந்த நிலையில் இருந்த உடலின் மேல்பகுதியின் குறைவான வெப்ப நிலை, கொஞ்சம் கொஞ்சமாக மாறிக்கொண்டிருந்தது.

ஆனால், இவை அனைத்தும் உறுப்புகளை மீண்டும் இயல்பு நிலையில் இயங்கவைக்கும் நிபுணர்களின் வேலை. துய்ரேன் நகரில் உள்ள இந்தத் தனியார் மருத்துவமனையில், உலகின் முதன்முறையாக உயிருள்ள உடம்போடு தலை ஒன்றை ஒட்ட வைக்கும் சிகிச்சை சற்று முன் நடைபெற எத்தனை எத்தனை மூளைச்சாவுக்கு உள்ளான மிருகங்கள்மீதும், மனிதர்களின்மீதும் ஒத்திகை பார்க்கப்பட்டுள்ளன. ஜோர்ஜியோ கதாவெரோவுக்குத் திடீரெனத் தன்னை மறந்ததொரு பெருமிதம் ஏற்பட்டது. ஆனால், தன் புகழுக்கு ஊறு விளைவிக்கக்கூடிய சாத்தியக்கூறு உள்ள நிலையை எண்ணிப்பார்த்து, விரைவிலேயே சோகத்தில் ஆழ்ந்தார். எந்தவொரு புதியமுறை சிகிச்சையாக இருந்தாலும், உடனடியாகவோ அல்லது சில நாட்கள் கழித்தோ உறுப்புகளை மறுதலிக்கும் அபாய நிலை உள்ளது என்றும் இதை இதுவரை நடந்த உறுப்பு மாற்றுச் சிகிச்சை எதோடும் ஒப்பிட முடியாது என்பதையும் அந்த வளாகத்தைவிட்டு வெளியேறும்போது அவர் ஒப்புக்கொண்டார்.

பல்வேறு நோய் எதிர்ப்புச் சக்தியைக் குறைக்கும் நவீன மருந்துகளையும் மீறி, வேதியியல் அடிப்படையில் அறிமுகமில்லாத இந்தத் தலையை உடல் மறுதலிக்கக்கூடிய வாய்ப்பு உள்ளது. அதே நேரம், மண்டை ஓட்டிற்குள் அமைந்துள்ள நரம்பு மண்டலமும் நிணநீர் கூட்டமைப்பும் இதுவரைப் பரிச்சயமில்லாத தொடர்பு வலையிலிருந்து வரும் அனைத்துத் தகவல்களையும் ஏற்றுக்கொள்ளாமல் மறுதலிக்கும் வாய்ப்பும் உள்ளது. இதில் உடல் இயக்க நிலைப்பாட்டின் அளவீடுகளைக் கணக்கில் கொள்ளவில்லை. சரி போதும்! விடியத் தொடங்கியது. அதி நவீன கருவிகளைக் கொண்ட அந்த அறுவைச்சிகிச்சைக்குப் பின் வைக்கப்படும் தீவிரக் கண்காணிப்பு அறைக்கு நோயாளியைச் சற்று முன்தான் கொண்டு வந்துள்ளனர்.

நடந்து முடிந்த அறுவைச்சிகிச்சை குறித்து விளக்கம் தருவதற்காக நரம்பியல் அறுவைச்சிகிச்சையாளர்கள், ரத்த நாளப்பிரிவு, பிளாஸ்டிக் சர்ஜரி பிரிவு ஆகியவற்றைச் சார்ந்த சக மருத்துவர்களோடும் ஏனைய ஊழியர்களோடும் எவ்விதப் பரபரப்பும் இன்றிக் கருத்தரங்க அறையில் காத்திருந்தனர். இந்த நெடிய மருத்துவச் சாகசத்தில் களைத்துப் போயிருந்ததால், இதில் அதிகத் தொடர்புடையவர்கள் தங்களுக்குள் சிறிது அடக்கமாகவே வாழ்த்துகளைப் பறிமாறிக்கொண்டனர். சிறிய அளவிலான எந்தக் குறையும் காண முடியாதபடி எல்லாம் உரிய வரிசை முறையில் செய்து முடித்துவிட்டபோதிலும்கூட இன்னமும் எந்த வெற்றியும் அடைந்துவிட்டதாகக் கூற முடியாது. எனினும், இதற்குத் தலைமையேற்றவரின் படபடப்பும் புரிந்துகொள்ளக்கூடியதே. சிறிது நேரத்திற்கு முன்புதான் ழோர்ழியோ கதாவெரோ மேடைமீது ஏறினார். நன்றாக மழிக்கப்பட்ட முகத்துடன் கோட் சூட், டையோடு இருந்தார். வழுக்கை விழுந்திருந்த அவருடைய முன்தலை, விளக்கு வெளிச்சத்தில் பளபளத்தது. சற்றே கூன் விழுந்த முதுகுடன் பெருமை பொங்க அவர் புன்னகை பூத்தார்.

“உங்கள் அனைவருக்கும் மிக்க நன்றி. உண்மையிலேயே நீங்கள் பெரிய காரியம் செய்துவிட்டீர்கள்.”

கரவொலி எழும்பவே, மதத்தலைவர்போல சைகைமூலம் கூட்டத்தினரை அமைதி காக்கும்படி கேட்டுக்கொண்டார்.

“பாராட்டுகளைத் தெரிவிப்பதற்கான நேரம் இன்னும் வரவில்லை. நோயாளி உயிரோடுதான் இருக்கிறார். எல்லாம் நல்ல விதமாக நடந்தால் இன்னும் சில நாட்களில் அவரைச் செயற்கைக் கோமா நிலையிலிருந்து வெளிக்கொணர்ந்துவிடுவோம். எனினும், அறிமுகமில்லாததொரு உலகில் நாங்கள் இயங்கிக் கொண்டிருக்கிறோம். ஒவ்வொரு நொடியும், புதிதாக ஓர் அபாயத்தைச் சந்தித்துவருகிறோம். உறுப்பு மாற்றத்தை ஏற்றுக்கொள்ளாமல் விரைவிலேயே இவ்வுடல் கடுமையாக மறுதலிக்கக்கூடிய அச்சமும் உள்ளது. எத்தகைய சாத்தியக்கூறுகளையும் மறுக்க இயலாது. நோய்த் தொற்றிலிருந்து பாதுகாக்கும் அரண் தகர்ந்து போகலாம். மூளைத்தண்டு எதிர்வினையாற்றாமல் போகலாம். அறுவைச்சிகிச்சையின்போது சுத்தம்

செய்வதில் ஏற்பட்ட குறைபாட்டின் காரணமாக மூளைக்கு விளைந்த சீர்செய்ய இயலாத கடும் சேதம், பல்வேறு வகையான வைரஸ் தொற்றுக்கள் . . .

உறுப்புகள் இயக்கம், எதிர்வினை இயக்கம் ஆகியவற்றுக்கான நரம்பு மண்டல அமைப்பின் செயலிழப்பின் காரணமாக அறுவைச்சிகிச்சைக்குப் பிறகு நோயாளியின் உடல்நிலை சீராவதில் தடை ஏற்படும் அபாயம் உள்ளதையும் பேராசிரியர் மிராமி எடுத்துக் கூறினார்.

“மனித மூளை என்பது வடிவமைக்க வேண்டிய களிமண் போன்றது. நியூரல் புராஸ்திசீஸ் எனும் செயற்கை நரம்பு உறுப்புப் பற்றிக் கேள்விப்பட்டிருப்பீர்கள். அவசியமென்றால், இதுபோன்ற நரம்பு உணர்வு, உடல் அவயங்களின் மறுதலிப்பு போன்ற பிரச்சினைகளை அது தீர்க்கவல்லது” என்றார் அவர்.

அதிக நம்பிக்கையோடு காணப்பட்ட எம்மே ரிட்ஸ், “செரிமான உறுப்புகளை இயக்கும் இரண்டாவது மூளை எப்படிச் செயல்படப்போகிறது” என்று கேள்வி எழுப்பினார். நரம்பு மண்டலத்தின் உள்அமைப்பை விளக்க அப்படி அழைப்பது வழக்கமாகும்.

“அவரது குடல்கள் என்ன நினைக்கின்றன எனக் கவலைப்பட, முதலில் நம் நோயாளிக்கு நினைவு திரும்பட்டும்” எனப் பலருடைய சிரிப்புகளுக்கிடையே கதாவெரோ குறுக்கிட்டார்.

மாற்று மூளை பொருத்தும் சிகிச்சையில் ஆய்வு செய்து புகழ்பெற்ற நேப்பிள்ஸ் பகுதியைச் சார்ந்த இளம் மருத்துவர், பேச்சின் திசை மாறிப்போவதைக் கண்டு எரிச்சலடைந்து பேசினார்:

“முன்னோடியான பரிசோதனை எதுவும் மேற்கொள்ளப்படாத நிலையில், இது தொழில் தர்மத்தின்படிக் கேள்விக்குள்ளாகுவதாக அமைகிறது. காரணம், குரங்குகள் அல்லது இறந்த பிணங்கள் ...” என முக உறுப்பு மாற்றுச் சிகிச்சையில் புகழ்பெற்ற பிரெஞ்சு நிபுணர் ஒருவர் கூறினார்.

“இவற்றின்மூலம் அறுவைச்சிகிச்சைத் துறையில் ஒருபோதும் முன்னேற்றம் அடையப்போவதில்லை” எனக் கதாவெரோ மீண்டும் குறுக்கிட்டார்.

“நம்முடைய பணியுடன் ஒப்பிடும்போது, முக மாற்று உறுப்புச் சிகிச்சை என்பது ஏறக்குறைய ஒப்பனைக்கலை பணிபோன்றதுதான். தொழில் தர்மம் போன்ற விஷயங்களைப் பற்றிய விவாதத்தைச் சிந்தனையாளர்கள், கவிஞர்கள் ஆகியோரிடம் விட்டுவிடுவோம். ஒருவேளை அவர்கள் சில தெளிவுகளை நமக்குக் கொடுக்கலாம். எப்பாடுபட்டாவது மனித உயிர்களை உயிரோடு உள்ளபோதே காப்பாற்றுவுதுதான் நம் வேலை. நாமெல்லாம் நவீன புரோமிதீயஸ் போன்றவர்கள்”.

“நிச்சயமாக. தொழில் தர்மம் பற்றிப் பேசுவோம்” என நேப்பிள்ஸ் பகுதியின் இளம் மருத்துவர் இம்முறை கொஞ்சம் தயங்கியபடிக் குரல் எழுப்பினார். இதைக் கொஞ்சம் கேளுங்கள். எங்கேயோ படித்ததுதான்:

“முழுமையடைய விரும்பும் எந்தவொரு மனிதனும் எப்போதும் தெளிவாகவும் அமைதியாகவும் இருத்தல் வேண்டும். தன் அமைதியைக் குலைக்கும் நொடிப்பொழுது சலனத்திற்கோ பேரவாவிற்கோ இடம் தரலாகாது. இதற்கு அறிவுத்தேடல் விதிவிலக்காக இருக்கும் என நான் நினைக்கவில்லை”.

அருந்துவதற்குக் குவளையை நிரப்பிக்கொண்டபடியே அமைதியாக அவரைப் பார்த்த கதாவெரோ, “சில குறிப்பிட்ட பகுதிகளைப் படித்துக் காட்டுவதன்மூலம் நீங்கள் என்ன சொல்ல வருகிறீர்கள்?” என்று கேட்டார்.

“இங்குக் கொடையாளியைப் பற்றிய விபரங்களும் அவருடைய மூளைச்சாவிற்கான காரணங்களும் நமக்குக் கிடைக்கவில்லை. அவருக்கென குடும்பம், பிள்ளைகள், மனைவி யாராவது இருக்கிறார்களா? தானம் பெறுபவருக்கேகூட இதைப் பற்றித் தெரிவிக்கப்படுமா? மரபியல் பார்வையில் திரு. அலீன் வெபெர்சன் உயிர்பிழைக்க நேர்ந்தால், ஒட்டுமொத்தமாகத் தன் அடையாளம் மாறி, அதுமுதல் யாரோ ஒருவரின் விந்தணுக்களைக் கொண்டிருக்க வேண்டும்”.

காதின் மீது ஒரு கையை வைத்தபடிச், சோர்ந்துபோய்ப் பேராசிரியர் கதாவெரோ பெருமூச்சு விட்டார்.

“தம்பி. உங்கள் கவலைகள் எனக்குப் புரியாமல் இல்லை. ஆனால், நான் மீண்டும் சொல்வது இதுதான். அனைத்து முன்னெச்சரிக்கை நடவடிக்கைகளும் எடுக்கப்பட்டுவிட்டன. உத்திரவாதங்களும் பெறப்பட்டுவிட்டன. சட்டபூர்வமாக மட்டுமல்ல, தொழில் தர்மத்தின் அடிப்படையிலும் பொறுப்புடனான ஆய்வு மேற்கொள்ளாமல் இத்தகைய நடவடிக்கையில் நாங்கள் இறங்கவில்லை. நம் அதிகாரபூர்வ வழக்குரைஞர் புயித்தை அணுகினால், மலைபோல் குவிந்துள்ள சான்றாவணங்களை உங்களிடம் காட்டுவார். சரி, இப்போது நாம் கொஞ்சம் ஓய்வெடுப்போம்”.

உடை மாற்றும் அறைக்குச் செல்லும் முன் தன்னைப் பற்றிய அனுமானங்கள் அனைத்தும் அறிந்துள்ளதைக் காட்ட விரும்பியதுபோலவும் எந்தவொரு கட்டத்திலும் நகைச்சுவை உணர்வோடு இருப்பதைக் காட்டவும், தந்தையைப் போன்றதொரு தொனியில் சில வார்த்தைகளை உதிர்த்தார்:

“கவலைப்படாதீர்கள், யாரும் நம்மை டாக்டர் ஃபிரான்கென்ஸ் டெய்னுடன் தொடர்புபடுத்த முடியாது. அறிவியல், மனித உரிமைகள், சட்ட நிலைப்பாடுகளை எல்லாம் பிரசித்திபெற்ற இந்த மேரி ஷெல்லி காலத்திற்குப் பின் பல மாற்றங்களைக் கண்டுவிட்டன ...”

13

மலைச் சரிவுகளின் மீது வேகமாக மோதியதில் மலைமுகடுகளின் முடிவற்ற அடுக்குகளின் கீழ் படியும் பனித்துளிகளை, அங்கு விழும் இலையுதிர்காலத்தின் முதல் பனிக்கட்டிகள், பால் வெள்ளை நிறத்தில் ஒளிரச் செய்தன. கண்ணைக் கூசவைக்கும் ஒளிக்கதிர்களைத் தொடுவானத்தை நோக்கி அதிகாலைச் சூரியன் செலுத்தத் தொடங்கியது. அந்தப் பள்ளத்தாக்குகளைப் பார்க்கையில் இப்போதும் ஏறக்குறைய கோடைக்காலம் போன்றே இருந்தது. அதே சமயத்தில், கடல் மட்டத்திற்கு 3000 மீட்டர் உயரத்தில் இரண்டு பருவ நிலைகளுக்கும் இடையே, சாய்வான காடுகள், புல்வெளிகள் ஆகியவற்றின்மீது மலைமுகடுகளின் குளிர்ந்த உறைபனிக் காற்று வீசிக்கொண்டிருந்தது. பனி மூடிய 'தூ' மலைக்கும் தொலைவில் உள்ள மூய்ரா மலைத்தொடரைப் பார்த்தவாறு உள்ள இசாங்கிரேன் முகட்டுக்கும் இடையில் மலைப்பாதையொன்றினால் மட்டும் அடையக்கூடிய ஒரு பள்ளத்தாக்கில் ருயுல்ட் மில்லரின் பண்ணை மாளிகை அமைந்திருந்தது. எண்கோண கோபுரம் எழும்பி நின்றது. அதன் கீழ், முக்கோண வடிவிலான மேற்கூரைகள், மாட்டுக்கொட்டில்கள், புல்வெளிகள் காணப்பட்டன. மேகக்கூட்டங்கள், ஆல்ப்ஸ் மலைத்தொடர் ஆகியவற்றால் சூழப்பட்ட இக்காட்சிகள் மங்கலாகத் தெரிந்தன. எல்லையற்று விரியும் இந்த வெளிகளையும் பிறை நிலா வடிவில் இருந்த நீரூற்றைச் சுற்றியிருந்த கருப்பு நிற செடார் மரங்களையும் ஜன்னலின்மீது நெற்றியைப் புதைத்தபடி, மாறி மாறிப் பார்த்துக்கொண்டிருந்தாள். திடீரென எழுந்த இரைச்சல் ஜன்னல் கண்ணாடிகளை அதிரச் செய்தது. உச்சியில் உள்ள கிளைகளுக்குமேல் ஹெலிகாப்டர் ஒன்று தாழ்ந்து பொறுமையாக வட்டமடித்துவிட்டு, பிறகு மேல் எழும்பிப் பறந்து சென்றது.

பகல் கனவிலிருந்து வெளியேற்றப்பட்ட நிலையில், அருகில் உள்ள ரயில் நிலையத்திற்கு ஒரு டாக்சி தன்னை அழைத்துச்செல்ல வேண்டும் என்பது அந்த இளம்பெண்ணின் நினைவிற்கு வந்தது. பிற்பகலில் அவள் ஜெனீவா போய்ச் சேர வேண்டும். கடந்த சில மாதங்களாக எந்தவொரு நாவலாசிரியரும் அணுகத் துணியாத கற்பனைக்கெட்டாத கதாபாத்திரமாக அவளுடைய வாழ்க்கை மாறியிருந்தது.

‘எவாஸியோம்’ கப்பலில் விபத்து நேர்ந்த நாள் முதல் அவளுக்கு உண்டான மன உளைச்சல்கள், அவள் ஈடுபட்ட எல்லை மீறிய செயல்களால் விளைந்த சோர்வு ஆகியவற்றிற்குப் பின், ஊடகக் குழப்பங்களுக்கு ஏற்ற இடமாக மாறிப்போன இந்தச் சொகுசு மருத்துவமனையையொட்டி அமைந்திருந்த விடுதியில் கடைசியாகக் கழித்த இந்த நாட்கள், அவளைப் பொறுத்தவரை இறுதியானவையாக இருக்கலாம்.

அறுவைச்சிகிச்சைக்குப் பின் தீவிர கண்காணிப்புப் பிரிவில் பல வாரங்கள், மாதங்கள் என அனுமதிக்கப்பட்டிருந்தபோது, பேராசிரியர் கதாவெரோவின் குழுவோடு ஒத்துப்போகாத சான்செவெரோ மருத்துவ மனையின் இயக்குநர் எம்மே ரிட்ஸ், செதெரீக்குக்கு அச்சமூட்டக்கூடிய விளைவுகள் ஏற்படலாம் என்பதையும், சொல்லப்போனால் அவனுக்கு உறுதியாக நிகழக்கூடிய மரணம் குறித்தும் பலமுறை லோர்னாவிடம் எச்சரித்துள்ளார்!

அறுவைச்சிகிச்சை முடிந்து மூன்று நாட்கள்தான் ஆகியிருந்தன. முழு உடல் உறுப்பு மாற்றுச் சிகிச்சையை ஊக்குவிப்பவர் ஒருவர் புகழ்பெற்ற தேசியத் தொலைக்காட்சி நிலையம் ஒன்றில் பத்திரிகையாளர் சந்திப்பிற்கு ஏற்பாடு செய்திருந்தார். சந்தேகத்திற்கு இடமின்றிப் பெரும் சாதனையை நிகழ்த்திவிட்டதாக அவர் நினைத்தார். சற்று முன் பதிவுசெய்யப்பட்ட அவருடைய உரை, மருத்துவத்துறையில் நோபல் பரிசு பெற்றவரின் உரையைப் போல் இருந்தது. பேட்டிகள் எடுக்கவோ, புகைப்படம் எடுக்கவோ அல்லது நேரிடையாகத் தொடர்புடையவர்களின் வாக்குமூலங்களைப் பெறவோ என இத்தாலி மட்டுமின்றி உலகெங்கும் உள்ள பத்திரிகையாளர்கள் இத்தாலியின் துய்ரேன் பகுதியில் உள்ள இம்மருத்துவமனையினை நோக்கிப் படையெடுப்பதால், இதனைப் பாதுகாக்கும்படி ஆயத்தப்படைக்குக் கோரிக்கை விடப்பட்டது.

செதெரீக் அலீன் வெபெர்சன் ஒரே நாளில் சமூகத்தில் பெரும் புகழ்பெற்ற நபராக மாறிப் போனான். உறுப்பு மாற்றுச் சிகிச்சை செய்யப்பட்டவரின் இரட்டை அடையாளம் அந்த அறையின் பணியில் இருந்த விசுவாசமற்ற ஊழியர் ஒருவரால், யாருக்கும் தெரியாமல் எடுத்த சில புகைப்படங்கள் மூலம் விரைவிலேயே அம்பலமானது. செதெரீக் எர்க் பணிபுரிந்த பத்திரிகையின் முதல் பக்கத்தில் சிறப்புச் செய்தி வெளியிடப்பட்டிருந்தது. மருந்து நிறுவனத் தொழிலதிபரின் ஒரே மகனான செதெரீக்கின் புகைப்படங்கள் குவியத் தொடங்கியிருந்தன. வேறு எந்தவொரு குடும்பத் தொடர்புகள் வழியாகவும் அந்தக் கோடீஸ்வரரை அணுக முடியாமல் போகவே, அவருடைய ஆசை நாயகியாகத் தெரியவந்த லோர்னா லீரைத் தொலைக்காட்சிகளும் பத்திரிகைகளும் தேடிக் கண்டுபிடித்தன. இதை மட்டுமே இலக்காகக் கொண்டு செயல்பட்ட கணினித்தரவுகளைத் திருடும் ஒருவர் வெளியிட்ட சில ஆவணங்களின் உதவியால் இது சாத்தியமானது.

தன்னை அச்சுறுத்தும் ஒருவகையான விசாரணையிலிருந்து தப்பித்துக்கொள்ள ரோமில் சில வாரங்கள் தஞ்சமடைந்தாள். அங்கு யாரும் எதிர்பாராத விதமாக, எமிலியோ பான்ஸியுடன் தொடர்பைப்

புதுப்பித்துக்கொண்டாள். கொளுத்தும் செப்டம்பர் மாதத்தின் ஒரு திங்கள்கிழமையன்று அந்தி சாயும் நேரத்தில், காம்பொ தெய்ஃபியோரி சதுக்கத்தின் உணவு விடுதியின் மாடத்தில் அமர்ந்திருந்த அவளை, அவளுடைய கருப்புக் கண்ணாடிகள், துப்பட்டா இவற்றையும் மீறி எமிலியோ பான்ஸி அடையாளம் கண்டுகொண்டான். டியுரேன் பகுதி அறுவைச்சிகிச்சையாளர்கள் நிகழ்த்தியிருந்த சாதனை குறித்து அறிந்திருந்தான். சாம்பலிலிருந்து எழுந்த வலியோடு சோகமாகக் காணப்பட்ட ழியர்தானோ புருய்னோவின் சிலை இந்த இளம்பெண்ணின் கால்கள்வரை நிழலைப் பரப்பியவாறு நின்றிருந்தது. இத்தகைய பொழுதுபோக்கில் உள்ளுக்குள் மகிழ்ந்தவளாகக் காணப்பட்ட லோர்னா ஒயிலாக நின்றுகொண்டிருந்தாள். காத்திருக்கும் காதலன் ஒருவனைப் போல் இயல்பாக அவளைப் பார்த்து அந்த அறுவைச்சிகிச்சையாளர் சைகை செய்தான். இச்செய்கை இத்தனை நாட்களாகத் தொடர்ந்து அனுபவித்த பதற்றம், கசப்புணர்வு ஆகியவற்றிலிருந்து மாற உதவியது. வியா தெய் கொரோனாரியில் உள்ள தன் வீட்டிற்கு அவளை அழைத்துச்சென்றான். அதன் பின் அந்த வாரம் முழுவதும் அங்கேயே தங்கியிருந்தாள். உடல் வேட்கை வினோதமான முறையில் அதுவரை இருந்த கெட்ட கனவுகளை ஆழ்மனதின் மூளைக்குக் கொண்டுசென்றது. தலை துண்டிக்கப்பட்டது, உயிர் உறுப்புகள் பறிக்கப்பட்டவை ஆகியவை அதுவரை நித்திரையைக் குலைக்கும் காட்சிகளாக இருந்தன. எல்லை மீறிய உடலின்பத்தில் ஈடுபடுவதன்மூலம் இக்காட்சிகள் மறைவதுபோல் இருந்தன.

அவ்வளவு பாசப்பிணைப்போடு இருந்த காதலனின் உடல் என்ன ஆனது? அறுவைச்சிகிச்சைக்கூடத்தில் உள்ள மனிதக் கழிவுகளோடு பாவம் அந்த உருக்குலைக்கப்பட்ட உடலைச் சுக்குநூறாக்கிக் கலந்துவிட்டார்களா? மேற்படி நபருடைய தலையோடா? மேலும், அவள் அறிந்திராத, இன்னும் பார்க்க இயலாத அவனுடைய புதிய உடல் எவ்வாறு அதன் அருவருக்கத்தக்க நிர்வாணத்தை அவளுடைய தேகத்தோடு இணைவதை ஏற்றுக்கொள்ளும்? அது அணைத்து ஊடுருவதை எப்படி ஏற்றுக்கொள்ளப்போகிறாள்? இந்த நினைவு மட்டுமே அவளுள் நடுக்கத்தை ஏற்படுத்தி ஏதோ ஆபத்திலிருந்து தப்பித்தவள் போன்ற அவசரத்தோடு எமிலியோவை அணுகச்செய்தது. இடைவெளி எதுவுமின்றி, புது உணர்விலான முனைப்பானதோடு முழுமையுடன் தன் பெருத்த ஆணுறுப்பு, அழுந்திய மார்பகங்கள், கைகள் ஆகியவற்றோடு அவளை அணைத்துக்கொண்டான். இப்படியே நீடிக்கும் எனும் உத்திரவாதமும் இல்லை. வேகவைத்த முட்டை அல்லது சார்ப் ஆப்பிள் போல் இரண்டாக வெட்டப்பட்டதாக உலவும் ஆன்ட்ரோஜின்னைப் பற்றிய பிளேட்டோன் தொன்மம் எவ்வளவு அபத்தமானது! எமிலியோவும் முழு மனிதனின் பாதியில்லை. இவளும் முழுப் பெண் ஒருத்தியின் பாதியில்லை. இத்தகைய முனைப்போடு இருவரும் சேர்ந்து கட்டி அணைத்துக்கொள்கிறார்கள் என்றால் இழந்த ஒற்றுமையை மீட்கும் விருப்பம் இல்லை. மாறாக, தங்களுக்குள் உள்ள வேற்றுமையை முனைப்போடு பெரிதாக்கவே அப்படி நடந்துகொள்கிறார்கள். எமிலியோவின் பாலினம் அவளிடமிருந்தே அவளைப் பிரித்து வெகு தொலைவிற்குக் கொண்டுசென்றது.

ரோம் விமான நிலையத்தில் அவனிடமிருந்து விடைபெற்றபோது நடந்தவற்றை லோர்னா எண்ணிப் பார்த்தாள். இனி அவனை மீண்டும் பார்க்கவே முடியாதா? இருவரும் மீண்டும் சந்தித்துக்கொண்ட அந்த முதல் நாள் இரவு, உடைகள் எதையும் களையாத நிலையில் இருந்த அவளை அப்படியே தனதாக்கிய பின், அவளுக்குப் புரியாதவாறு ஏதோ பேசினான். அதிலிருந்த தெளிவின்மையிலிருந்து மீள மிகவும் கஷ்டப்பட்டாள். எல்லோருக்கும் தெரிந்த நினைவிழந்த நிலை ஒருபுறமிருக்க, இயல்பான சுவாசம், மூளைத் தண்டின் அனிச்சை செயல்கள் ஆகியவற்றின் குறைபாடு, இனிச் சீர்செய்ய இயலாத அளவு மூளை பழுதடைந்துவிட்டதை உறுதி செய்யும் மூளையின் மின் இயக்கச் செயல்பாடுகளின் இரண்டு வரைபடங்களும் (ஈ.சி.ஜி.), ஒரு தமனிப்படமும் கிடைத்தவுடன்தான் மரணத்தை அறிவிக்க முடியும் என்றான். பயங்கரமான மரணம் அல்லது உணர்ச்சிபூர்வமான பிரிவு போன்ற முக்கிய விஷயங்களைப் பொறுத்தவரை நல்ல எண்ணம் கொண்டவர்களிடம் உள்ள கட்டுக்கடங்கா வக்கிரத்தைக் கண்டு லோர்னா எப்போதும் ஆச்சரியப்படுவாள். இனங்காண முடியாத சுயநலம் கலந்த பொறாமை அதில் கலந்திருந்ததால் எமிலியோ சூசகமாகச் சொல்ல வரும் விஷயம் அவளை, குறிப்பாக இன்று பீதியடைய வைத்தது. ருயுல்ட் மில்லர் மாளிகையின் பாதுகாக்கப்பட்ட பகுதி ஒன்றில், செதெரீக்கைப் பார்க்க அனுமதிக்கப்பட்ட இரண்டு பார்வை நேரங்களின்போது செதெரீக்கைக் கவனித்து வந்த பின், மூளைச்சாவு குறித்த அவனது விளக்கம் இதை மேலும் உறுதி செய்தது.

ஐரோப்பாவிலும் சுவிட்சர்லாந்திலும் பல மருத்துவமனைகளை நிருவகித்துவரும் ஆயுள் காப்பீட்டுக் குழுமம் ஒன்றின் கிளையால் பெருமைமிகு மருத்துவமனையாக மாற்றப்பட்டுள்ள இந்நிறுவனம், எம்.எ.டபிள்யூ அறக்கட்டளையின் மறைமுகமான முதலீட்டை நம்பியிருந்தது. அந்த மருந்துத் தொழிற்சாலையிடம் மருத்துவமனை அமைக்கவும் தர்மம் செய்யவும் போதுமான வசதி இருந்தது. குளிர்காலம் காரணமாகத் தனிமையில் விடப்பட்டு பூங்காவை ரசித்துக்கொண்டிருந்த லோர்னாவை மருத்துவமனையின் பணிப்பெண் ஒருவர் வந்து அழைக்கவே, நினைவு எங்கேயோ இருக்கத் திடுக்கிட்டு எழுந்து இதோ வருகிறேன் என்றாள். அப்போது, ஏறக்குறைய அவளுடைய கண்களில் சேர்ந்திருந்த கண்ணீர்த்துளிகளைப் போல் ஜன்னல் கண்ணாடிகளிலும் பனிமூட்டமிருந்தது. மருத்துவமனையின் ஊழியர்கள் அவள்பால் காட்டிய வினோதமான பணிவு அவளது தர்மசங்கடத்தை அதிகரித்தது. ஜெனீவாவிற்கு அவள் சென்றாக வேண்டும். அங்கு மேற்கொள்ளவிருந்த சந்திப்பு, அவளுக்கு மேலும் கவலையளித்தது.

இதுவரை உண்மையிலேயே விரும்பிய ஒரே நபரின் பரிதாபத்திற்குரிய அசைவற்ற தலையின் அருகில் காத்திருந்த இத்தனை நாட்களும், இரவுகளும் அவளுடைய குற்றவுணர்வு அனைத்தும் மறைந்துபோயின. மாறாக, நெஞ்சை உறையவைக்கும் பீதி உண்டானது. ஏதோ ஒரு மாயசக்தியின் மீது நம்பிக்கை இருந்தாலொழிய அவள் மீது எந்தத் தவறையும் கூற முடியாது. காதல் என்பது பேய்த்தனமான ஒப்பந்தமாகவோ மனிதர்கள்மேல் உரிமை கொண்டாடும் உடன்படிக்கையாகவோ இருக்க முடியாது. மேலும்,

உறுப்பு நிராகரிப்பைத் தடுக்கும் சிகிச்சையின் செயல்திறன் குறித்துத் தானம் பெற்றவரைக் கவனித்துக்கொள்ளும் பல்துறைக்குழு நம்பிக்கை தெரிவித்தது. இக்குழு சிகிச்சை பெறுபவரை இயல்பு நிலைக்குக் கொண்டு வரும் முயற்சியில் ஈடுபட்டிருந்தது. செதெரீக் மீண்டும் உயிர்வாழ்வதற்கான சாத்தியக்கூறுகள் உறுதி செய்யப்பட்டன. இப்போது உத்தரவாதம் தருவதுபோல், நீண்டகாலத்திற்கு உடல்நலம் தேறி நலம் பெறும் நிலையில் நோய் எதிர்ப்புத் தடைகள் களையப்பட்ட பிறகு, மாற்று உறுப்புகளை ஏற்றுக்கொள்ளும் சிகிச்சைகள், வடிவ மாற்றியமைப்புத் தொடர்பான சிகிச்சைகள், மசாஜ் மற்றும் சில குறிப்பிட்ட அசைவுகள் குறித்து மருத்துவர்கள் பேசிவருகின்றனர்.

இதற்கிடையில், தாங்கிக்கொள்ள முடியாத அளவு தனக்குள் மன உளைச்சல் ஏற்பட்டுள்ளதை லோர்னா உணர்ந்தாள். செதெரீக்கின் அதிரவைக்கும் இரட்டைவேடம் அம்பலமானதிலிருந்து பாலைவனப் புதைமணல் போல் எவ்வித நங்கூரமுமின்றி நாலாப்புறமும் புதிர்க் கடலால் சூழப்பட்டாள். இதைத் தொடர்ந்த சுழற்காற்றும் பேரலைகளும் விதியின் விளையாட்டாகவே தோன்றின.

14

ருயில்ட் மில்லர் மருத்துவமனையை விட்டு வெளியேறும் முன் கடைசியாக ஒருமுறை செதெரீக் இருக்கும் கட்டிலை லோர்னா நெருங்கினாள். கழுத்தில் கட்டுடன், போர்த்தியிருந்த உடம்பில் அவளுக்கு ஏற்கெனவே அறிமுகமான பகுதி மட்டும் வெளியே தெரிந்தது. எனினும், ஏதோ வேறு கண்களுடன் இருப்பதுபோல் அம்முகம் அவளை வினோதமாகப் பார்த்துக்கொண்டிருந்தன.

"இரண்டொரு வாரத்தில் திரும்பிவிடுவேன்" என அவள் கூறியபோது அவனுடைய நெற்றியில் காணப்பட்ட சுருக்கங்களைவிட்டு அவளுடைய பார்வை அகல மறுத்தது.

வார்த்தை ஒன்றை உச்சரிக்கும் முயற்சியில், உதடுகளை அசைத்துப்பார்த்ததில் செதெரீக்கின் தொண்டையிலிருந்து ஒலி ஒன்று சன்னமாக வெளியேறி கொஞ்சம் கொஞ்சமாகத் தெளிவாகியது. அவனுடைய குரலைக் கேட்டு லோர்னா ஆச்சரியமடைந்து உட்கார்ந்தாள்.

"இரண்டொரு வாரத்தில் நான் வந்துவிடுவேன்".

"என்ன சொல்கிறாய் செதெரீக்?"

"நான் வந்துவிடுவேன்."

வார்த்தைகளை யோசித்துப் பொறுமையாக உச்சரித்த விதத்தைப் பார்த்தால் ஏதோ அவற்றை அவன்தான் கண்டுபிடித்ததைப் போல் இருந்தது. அவனுடைய குரலின் தொனி, ஏறக்குறைய செயற்கையாக வெண்கலக் குரலில் கணீர் என ஒலித்தது. தன் கையைப் போர்வையின்மீது வைத்த லோர்னாவுக்கு, சட்டென அன்னிய உடலைத் தொடுவது நினைவிற்கு வந்தது.

"அப்படியென்றால், நீ பேசுகிறாயா செதெரீக்! உடல் உறுப்புகள் ஒவ்வொன்றாகச் செயல்படத் தொடங்கும் என மருத்துவர்கள் எனக்கு விளக்கமளித்துள்ளனர். நான் திரும்பி வரும்போது, நீ எழுந்து நிற்பதைப் பார்க்கலாம் என நினைக்கிறேன். நாம் இருவரும் அந்தப் பூங்காவில் நடந்துபோக முடியும். இந்த மலைப்பகுதியில் இயற்கைக்காட்சியும் ரம்மியமாகத்தான் இருக்கிறது".

டாக்ஸியின் அழைப்பைக் கேட்டதும் பரபரப்பாகி, வேகவேகமாக லோர்னா அறையைவிட்டு வெளியேறினாள். நீண்டநேரம் கதவையே பார்த்துக்கொண்டிருந்த செதெரீக் அதை ஊடுருவிப் பார்ப்பதுபோல் இருந்தது. அவன் நெற்றியைச் சுற்றிக் கடும் தலைவலி வாட்டியது. ஆனால், உண்மையில் அவனுக்கு அதனால் துன்பம் ஏதுமில்லை. பழுக்கக் காய்ச்சிய வெட்டுக்கத்தி ஒன்று சரேலெனப் பாய்ச்சியது போல் இருந்த அவ்வுணர்விற்கு வலி என்ற சொல் பொருந்தாது. உடல் ரீதியாக அவனுடைய நினைவை ஆட்கொண்டதால் அறியப்பட்ட அந்தப் பெண் வந்ததும் சென்றதும் அவனை ஆச்சரியம் கலந்த சிந்தனையில் ஆழ்த்தின. அவனைச் சுற்றியும், அவனுள்ளும், அவனைப் போன்று தோன்றும் ஒன்றிலும், எத்தனையோ மர்மங்கள் குவிந்து இறுதியில் முற்றிலுமாக ஸ்தம்பிக்க வைத்து மறைந்துபோகின்றன.

ஜன்னலின் சட்டம் வழியாக, மேகக்கூட்டங்கள் நகர்ந்துபோவதால் பனிமூடிய மலைமுகட்டின் ஒளி மாறுவது தெரிந்தது. விரைவிலேயே கீழ்வானம் வரை வெளுத்துவிட்டது. எனவே, மலை முழுவதும் ஒளிர்ந்தது. வெளியே காணப்பட்ட இந்தக் காட்சியின்மீது செதெரீக்கிற்கு ஒருவகையான ஈர்ப்பு ஏற்பட்டது. மூடிய இமைகளோடு இவற்றைப் புரிந்துகொள்ள துல்லியமான புள்ளி ஒன்றைத் தேடினான். ஆனால், அர்த்தங்கள் எதுவும் பிடிபடவில்லை. தொடர்ந்து பார்வையில் படும் அக்கதவு அல்லது சாய்ந்த நிலையில் உள்ள ஜன்னல் போன்றவை மட்டும் மங்கலாகத் தெரிந்தன. தப்பித்து வெளியேறிவிட இந்த இரண்டில் எதைத் தேர்ந்தெடுப்பது? சிறிய தள்ளு வண்டி ஒன்று நகரும் சப்தம் அவனுடைய இடது காதில் விழுந்தது. அங்கிகள் அணிந்து, அகலமான இடுப்போடு காணப்பட்ட இரண்டு பெண்கள் உள்ளே நுழைந்தனர். அவர்களின் அடர்த்தியான முடியைத் தலையில் அணிந்திருந்த துணியுடன் சேர்த்துக் கட்டியபடி இருந்தனர். அவர்களை அவனுக்கு அடையாளம் தெரிந்தது. வண்டியைத் தள்ளி வந்தவள் மாறுவேடமணிந்தவள்போல் சிரித்தாள். உதடுகளில் பதட்டத்தோடு இருந்த மற்றொரு பெண்ணின் கண்கள் அவனையே கவனித்தபடி இருந்தன. அவர்கள் அவனது போர்வையை விலக்கினர். படுக்கையைச் சரிசெய்தனர். பிறகு அவனது உடலின் ஒவ்வொரு பகுதியையும், அதாவது மார்பு, வயிறு, தொடைப்பகுதி, அந்தரங்க உறுப்புகள் இருக்கும் பகுதிவரை நன்றாக அழுத்திப்பார்த்தார்கள்.

“இன்று நீங்கள் எதை உணர்கிறீர்கள்?” இருவரில் அதிக அனுபவமிக்க பெண் கேட்டாள்.

“உங்கள் கைகள்” என அவன் பதில் கூறினான்.

“சரியாகச் சொன்னீர்கள்! இப்போது, உங்கள் வலது காலை அசையுங்கள் பார்க்கலாம். இல்லை, வலது கால். உங்கள் வலதுகால் என் இடது கையோடு தொடர்புடையது. புரிகிறதா? உங்கள் இடது கையைக் கொஞ்சம் தூக்குங்கள். வலது கை இல்லை. பரவாயில்லை. உங்களால் முடிகிறது. இனி அடுத்தது. வலது கையோ, இடதோ எதுவாக இருந்தாலும் சரிதான்”.

உணர்விழந்த முகம், தளர்ந்துபோன ஆணுறுப்பு, தசைப்பிடிப்பான தொடைகள், வெளிறிப்போன தோலுடன் இருந்த நெஞ்சுப் பகுதியின் விறைப்புத்தன்மை ஆகியவற்றை உடன் வந்த செவிலிப்பெண், நோட்ட மிட்டபடியே இருந்தாள். அருவருப்பு கலந்த பயபக்தி அவளை ஆட்கொண்டது.

தன் உதவியாளரின் கவனம் சிதறுவதைக் கண்டு பொறுமையிழந்து, "மிஸ்!" என அவள் அருகில் சென்று கிசுகிசுத்தாள், பிசியோதெரப்பி செய்ய வந்தவள்.

அப்பெண் வெற்றுடம்பின்மீது போர்வையை மீண்டும் போர்த்தினாள். முகத்தின் அசைவைச் சரிசெய்வதற்காக உறுப்புத் தானம் பெற்றவரின் முகவாய்களை மெல்லத் தடவிக்கொடுக்கும் தன் உடன் பணியாற்றுபவரின் விரல்களை ஏதோ சிந்தனையில் கவனித்தவாறு இருந்தாள். இந்தப் பிரத்தியேகச் சிகிச்சைப் பிரிவில் பணியாற்றும் ஏனைய மருத்துவப் பணியாளர்களைப் போலவே அவளிடமும் ரகசியத்தைப் பாதுகாக்க வேண்டும் என்ற கட்டளை இடப்பட்டுள்ளது. இதுவரை யாரும் ரகசியத்தை வெளியிடவில்லை. வழக்கமான நோயாளிகளைத் தவிர, மலைமீது உள்ள புல்வெளிகளிலிருந்து எழும்பிப் பறந்துவரும் பறவைக்கூட்டத்தை மட்டுமே எண் கோண வடிவக் கோபுரம் கொண்ட மில்லர் மாளிகையில் காணலாம். உடல் தேறி வருபவர்களுக்கும், மரணத்தை எதிர்நோக்கி இருப்பவர்களுக்கும் இங்கு இடமில்லை. பலத்த பாதுகாப்பில் இயங்கும் இந்தப் பிரிவு, பிரபலங்கள் அல்லது அது போன்ற பிரமுகர்களுக்குமானது.

"பிசியோதெரப்பியில் நாளுக்குநாள் உங்களிடம் முன்னேற்றம் தெரிகிறது. விரைவில் நீங்கள் அந்த வாக்கரின் உதவியோடு நடக்க முடியும்" என்றாள் பிசியோதெரப்பி சிகிச்சை அளிப்பவள்.

அந்த இடத்தைவிட்டு வெளியேறத் தயாராகிக்கொண்டிருந்த இரண்டு பெண்களையும் நெடுநேரமாகவே தனித்தனியாகச் செதெரீக் கவனித்துக்கொண்டே இருந்தான். அவனுடைய பார்வையில், அவர்கள் இருவரும் ஒய்யாரமாகவும், வேடிக்கையானவர்களாகவும், இன்னும் சொல்ல வேண்டுமென்றால் நகைப்புக்குரியவர்களாகத் தெரிந்தார்கள். குறிப்பாக, இரவு நேரப் பறவையைப் போல் உருண்டையான கண்களோடு இருந்த செவிலிப்பெண் அப்படித்தான் இருந்தாள். அவர்களைப் பொறுத்தவரை, இந்த பெரும் முயற்சி எத்தகைய விளைவுகளை உண்டாக்கும், எவ்வாறு முடியும் என நிச்சயமாகக் கூற முடியாததால், எந்தவொரு உரையாடலும் தொடங்க வாய்ப்பில்லாமல் போய்விட்டது. ஹான்ஸ் மொர்ஸ்லே எனும் மனோதத்துவ மருத்துவரின் அறைக்கு அவனைச் சக்கர நாற்காலியில் உட்கார வைத்துக்கொண்டு சென்றனர். உணர்வையும் பேச்சையும் மீண்டும் அவனுக்கு வரவழைக்கும் பொறுப்பு அவர்களிடம் தரப்பட்டிருந்தது. கடும் இழுப்பும், வலியும் சேர்ந்து இன்னதென விவரிக்க முடியாததொரு மரத்துப்போன உணர்வில் தலை தொங்கியபடி ஆடிக்கொண்டிருந்த அவனை, ஏதோ ஒரு மூட்டையைப் போல் சக்கர நாற்காலியில் நகர்த்திச் சென்றனர்.

மீண்டும் தனிமையில் விடப்பட்ட செதெரீக், ஒரு குழந்தையைப் போல் வலியில் விசும்பினான். அவனுடைய மண்டைக்குள் காட்சிகளின் முப்பரிமாண வடிவம் முழுவதுமாக மறைந்தது. சில நேரங்களில் பொருட்கள் பாதி மறைந்து, ஏறக்குறைய அருவமாக தெரியத் தொடங்கின. ஏனெனில், அவற்றுக்குரிய நிலையான அர்த்தத்திலிருந்து அவை விலகியிருந்தன. குறிப்பிட்ட வரைமுறையற்ற இக்குழப்பத்திலிருந்து விடுபட அவனுக்கு எப்போது சக்தி கிடைக்கும்? சில சமயங்களில், சற்றும் எதிர்பாராத வேளையில் கடுமையான தலைச்சுற்றல் அவனுக்கு ஏற்படுகிறது. அவனுக்குக் கீழும், அவனது உடலின் முடிவிலும் எதுவும் இல்லாதது போல் தோன்றியது. சைகைகளும் இறுக்கமான தழுவல்களும் மறந்ததைப் போன்றதொரு கடும் துயரத்தைத் தவிர எதுவும் இல்லை. அறிமுகமில்லாததொரு உடற்கூற்றின் குழியில் சுழன்று விழுந்தான். அதலபாதாளத்தில் ஏதோ ஒரு மறதியின் குவியலில் நொறுங்கி விழப்போகிறான். ஆனால், எந்த சவக்குழியில்? ஒட்டுமொத்த உயிரைச் சிதைத்தாகிவிட்டது. உடம்பின் உட்பகுதியில் காயமடைந்து ஏற்பட்ட பெரும் வெற்றிடம். உருகிய ஈயம் இதயம் வரை சென்று கரைந்துபோனது. இதயத்தின் முகட்டில் ஒரு விதமான உறுதியை செதெரீக் உணர்ந்தான். உடலும் ஆன்மாவும் ஒரே பொருளாக இருப்பதால் எது அவனிடத்தில் மிஞ்சி இருக்கிறது?

15

விரோதத்தை எதிர்கொள்ளாத செல்வம் அரிதே. அறிவியல் இதழ்கள், தொலைக்காட்சி விவாத மேடைகள் ஆகியவற்றில் பிரபலமாகிவிட்ட பேராசிரியர் மோர்ழியோ கதாவெரோவுக்குப் பாராட்டுகள் குவிந்த அதே அளவு கடும் விமர்சனங்களும் எழுந்தன. சில நேரங்களில் கொலை மிரட்டல்களும் வந்தன. ஆபத்தில் உள்ள குடும்பங்களுக்கு உதவும்படி வரும் கோரிக்கைகள், மாபெரும் ஆன்மிகவாதிகளின் தயக்கங்கள், ஆன்மாவின் இருப்பிடம், மரபுவழி அணுத் தொடர்ச்சி அல்லது அறம்சார் உயிர்க்கூறுப் பிரச்சினைகள் ஆகியவை குறித்த விவாதங்கள் தொலைக்காட்சியில் நடைபெற்றன. இந்த ஊடக அமளியில் கருணைக்கொலையை ஏற்றுக்கொள்ளாத அமைப்புகளும் பங்கேற்றுத் தங்கள் எதிர்ப்பைப் பதிவு செய்தன. தீங்கு விளைவிக்கக்கூடிய விருப்பம், அதிகம் மண்டியிருந்ததொரு சூழலில் உயிர் பிழைக்க வேண்டும் எனும் விருப்பமும் வீரிய அழிப்பு குறித்த பழைய மாயையும் கலந்திருந்தன. இது போன்ற முயற்சிகளில் ஏற்கெனவே திருப்தியடையாத நோயாளிகளும் உறவினர்களும் இந்தப் பிரபல அறுவைச்சிகிச்சை நிபுணரின் நேர்மை, திறமை குறித்துப் புகார் அளித்தனர். மூளையில் ரத்தப் பெருக்கு ஏற்பட்டதன் விளைவாகக் கோமா நிலையில் இருந்த 80 வயதைக் கடந்த முதியவருக்கு மேற்கொண்ட அறுவைச்சிகிச்சை இப்படியாகத்தான் கேள்விக்குள்ளானது. சட்டத்திற்கு அப்பாற்பட்ட பல வழிகளின் மூலமாக அவருடைய காப்பீடுதாரர் வழக்கைத் தீர்த்து வைத்துவிட்டபோதிலும் ஓரளவு மான நஷ்டம் போன்ற மற்ற வழக்குகள் அவருடைய பொறுப்புணர்வையும் கௌரவத்தையும் ஏதோ ஒருவகையில் பாதித்தன. அடிமைகள் வியாபாரம் அல்லது கருப்பின மக்கள் வியாபாரம் என்பதோடு ஒப்பிடத்தக்கதான ‘உறுப்புகள் வர்த்தகம்’ குறித்தும் உறுப்பு மாற்றுச் சிகிச்சைக்கான சுற்றுலா பற்றியும் ஊடகங்களில்

விரிவாகப் பேசப்பட்டன. திசுக்களின் ஒத்துப்போகும் தன்மை குறித்துப் பேராசிரியர் ழான் தொசே மேற்கொண்ட புகழ்பெற்ற ஆய்வுகளின் உதவியோடு உடலுறுப்புகளின் அமைப்பில் ஏற்படும் நோய் எதிர்ப்பு முறை கட்டுப்பாட்டிற்குள் கொண்டுவரப்பட்டது. இதன் பலனாக எல்லைகள், பண்பாடுகள் அல்லது இனக்குழுக்கள் போன்றவற்றைக் கடந்தும் ஏறக்குறைய அந்தந்த நாட்டின் ஆதரவோடும் இத்துறை உலகமயமாகிவிட்டது. மரணமில்லா வாழ்வெனும் நெடுநாளைய விருப்பத்தை நிறைவேற்ற வந்த தூதராகக் கதாவெரோ மாறிப்போகும் அளவிற்கு அவர் துதிபாடப்பட்டார். தங்களின் ஆவியாகவே மாறி, பாதியளவு எந்திரமயமாகி, அதிகப்படியான மருத்துவத்தின் உதவியோடு உலா வரும் பய உணர்ச்சிமிக்க இவர்கள் தங்களுக்கு மரணம் உண்டு என்பதை நம்ப மறுத்தனர். அவர்களைப் பொறுத்தவரை, மரணம் என்பது முறியடிக்கக்கூடியதொரு வைரஸ் போன்றது. அதாவது, செயல் உருவாக்கத்தில் நேர்ந்துவிட்ட பிழை. தங்களிடம் மகத்தான செல்வம் இருந்தபோதிலும், மறைந்துவிடக்கூடிய இந்தப் பலவீனத்தை, வாழ்வின் இந்தத் தற்காலிக வாழ்க்கைப் பயணிகளால் கற்பனை செய்து பார்க்க இயலவில்லை. அமரத்துவம் என்ற எண்ணம்கூடத் திசுக்களின் சிதைவிற்கு உட்பட்டதாகும். நம் பொறுப்பில் காலனை எதிர்த்துப் போராடுகையில் நம் பாதுகாப்பு அரண்களில் ஒரு பகுதியை இழந்துதான் மனிதனாகிறோம். இதை அனுபவம்மூலம் அவன் பெற்றிருந்தான். பல புத்தகங்களில் இதைப் பற்றி வெகுவாக விவாதித்தும் இருக்கிறான். மனிதத் தன்மையற்ற உலகம் என்பது இல்லை. ஒருவேளை இருக்குமானால் அது சுவாரஸ்யமற்ற கனவாகவே இருக்கும்.

இதற்கிடையில், பல்கான்ஸ் பகுதியைச் சேர்ந்தவரும் முதுமை நோயால் வாடியவருமான வயதான சர்வாதிகாரி ஒருவர், புற்றுநோயால் பாதிக்கப்பட்டு முற்றிய நிலையில் உள்ள ரஷ்ய அடக்குமுறையாளர் ஒருவர், தங்களைப் பரிசோதனை எலிகளாக உட்படுத்த கை, கால் செயலிழந்த சிலர், இத்தகைய உறுப்புகள் பாதிப்பிற்கு உள்ளான பெருமளவிலான பணக்காரர்கள் சிலர் என இவர்கள் அனைவரும் எந்த வழியிலாவது மிக விரைவில் தங்கள் உடலை மாற்றி அமைக்கும் ஆசையோடு கதாவெரொ என்னும் இந்த மூளை அறுவை நிபுணரின் சிகிச்சைகள் குறித்து விசாரித்தனர். எதிர்பார்ப்புகளும் அனுமானங்களும் செய்திகளை ஆக்கிரமித்தன. தங்கள் பாலினத்தின்மீது வெறுப்படைந்த சில ஆண்கள், ஒருவழியாகப் பெண் உடலின் அந்தரங்க உறுப்பைத் தத்தெடுக்க முடியும் எனக் கனவு கண்டனர். பெண்களும் வீரியமான ஆண்மையை ஏற்றுக்கொள்ளத் திட்டமிட்டனர். அத்தகைய பெண்களில் ஒருவர் குறிப்பாக, மூளைச்சாவுக்குள்ளான தனக்கு நெருக்கமான சகோதரனின் உடம்பை அடைவதையே பெரிதும் விரும்பினார். அரசியலில் பெரும் சாதனைகளை நிகழ்த்த வேண்டும் எனும் கனவுடன் இருந்த டெக்ஸாஸ் நகரைச் சேர்ந்த தொழிலதிபர் ஒருவர், நாட்டின் புகழ் நிலைத்திருக்கத் திட்டமொன்றை வைத்திருந்தார். வருங்கால லிங்கன்கள் அல்லது கென்னடிகள் கொல்லப்பட்டாலும் இல்லையென்றாலும் அவர்கள்

தொடர்ந்து ஆளும்படி அவர்களது பதவிக்காலத்தைப் புதுப்பிக்கலாம் எனும் ஆலோசனையினை வழங்கினார். பிறந்து இறந்துபோகும் சாமானியர்களும், அழியா உடம்புடைய மிகை அறிவு பெற்றோரும் கொண்ட உலகம் வெகு விரைவில் உண்டாகும் சாத்தியம் இருப்பதை மறுக்க முடியுமா? இதன்மூலம், ஐன்ஸ்டீன், நெல்சன் மண்டேலா போன்றோரின் தலைகள் பல தலைமுறைகளுக்குத் தொடர்ச்சியாகத் தங்கள் விருப்பம்போல் கருத்துக்கள்மூலம் வழிகாட்டி வளம் சேர்க்கலாம். இப்படியாக அப்பழுக்கற்ற சாட்சியங்களை வரலாறு பாதுகாக்க இயலும். ஒவ்வொரு நாடும் தமக்கென இறவா உடல் பெற்ற மகத்தானவர்களைத் தேர்ந்தெடுக்கும். பத்து அல்லது இருபது ஆண்டுகள் எனக் காலக்கெடு வைத்துத் தம் விருப்பத்திற்கு ஏற்பத் துண்டிக்கக்கூடிய நல்ல ஆரோக்கியமும் துடிப்பும் மிக்க இளம் உடல்களை உறுப்பு மாற்றுச் சிகிச்சைமூலம் எருது தலையுடைய மினோச்சர் உடல் போல் அவர்களுக்குப் பொறுத்தப்படும். பித்தலாட்ட மனநிலையால் பீடிக்கப்பட்டுக் கருத்தரங்கங்களில் பேசப்படும் இத்தகைய கற்பனைக் கதைகளின் நம்பகத்தன்மையைக் குறைக்கும் வேலையில் சில விமர்சகர்கள் ஈடுபட்டனர். அவர்களைப் பொறுத்தவரை, இன்னும் பல நூற்றாண்டுகளுக்கு ஆட்டிப்படைக்கக்கூடியதொரு புதிய ஹிட்லர் தலைமுறை உருவாகக்கூடும் என எச்சரிக்கைக் குரல் விடுத்தனர். இல்லையெனில், உயிர் வாழ விழையும் பதம் செய்யப்பட்ட தலைகள் ஒரு புறமும், கணினி மயமாக்கப்பட்ட கூறுகளுடனான செயற்கைக் கோமா நிலையில் தயாராக இருக்கும் கொடையாளிகள் மற்றொருபுறமும் எனக் குவித்து வைக்கப்பட்டதொரு சோகையான சமூகம் உருவாகும் அபாயம் உண்டெென அவர்கள் எச்சரித்தனர்.

ஃேோர்ழியோ கதாவெரோவின் சாதனை குறித்துச் சந்தேகம் எழ நீண்ட நாட்கள் ஆகவில்லை. அறுவைச்சிகிச்சை முடிந்து ஐம்பத்து மூன்று நாட்களுக்குப் பிறகு, இடைவிடாது பெருமளவில் குவிந்த விமர்சனங்களுக்குப் பதில் அளிக்கும் விதமாக ஒரு சில படங்கள், வீடியோக்கள் மட்டுமே வெளியிடப்பட்டன. இத்தகைய அற்புதத்தில் உருவான நபரை உச்சிமுதல் உள்ளங்கால்வரை, முடியுமானால், பகுதி வெற்றுடம்புடன் எழுந்து நிற்கும் நிலையில் பார்க்கவே உலகம் விரும்பியது. மருத்துவக் கத்திலிக்கோலில் உருவான பாதி பகட்டும் பாதி அற்புதமும் அடங்கிய இந்த மர்மயோகி, பொய்கள் சிலவற்றைப் புனையவில்லை என யார் நிரூபிப்பது? ஐந்து அல்லது ஆறாவது வார முடிவில் உறுப்பு மாற்றுச் சிகிச்சை பெற்றவரின் ஆன்மா மற்றவரின் இதயத்துடன் ஒன்றிவிட்டது என என்றாவது ஒரு நாள் பேசப்படலாம். எப்படியும் அறிவியலில் அதுவே ஒரு முன்னேற்றமாகத்தான் கருதப்படும். இத்தகைய அதிகப்படியான வேலைப்பளு தனக்கு நல்லதல்ல எனக் கதாவெரோ அறிந்திருந்தபோதிலும், அந்த மாதத்தில் கவனித்தாகவேண்டிய அலுவல்களை முடிக்க ஜெனீவா விமானத்தில் ஏறினார். இந்த அறுவைச்சிகிச்சைக்கான பணத்தைச் செலவழிக்கும் எம்.ஏ.டபிள்யூவின் நிர்வாக இயக்குநர், இவரிடம் ஆயுள்காப்பீடு குறித்தும் வங்கிமூலம் பணத்தைச் செலுத்துதல் பற்றியும் கேட்டிருந்தார். இதன் காரணமாக, ருயில்ட் மில்லர் கோட்டை மருத்துவமனையைப்

பார்வையிட கதாவெரொ திட்டமிட்டிருந்தார். சுவிட்ஸர்லாந்தில் அவருடைய சக மருத்துவத் தோழர்கள் பொறுப்பில் அவருடைய நோயாளி ஒப்படைக்கப்பட்டதிலிருந்து இப்படிப் பார்வையிடுவது மூன்றாவது முறையாகும். தற்சமயம் கடும் அயர்ச்சியிலிருந்து விடுபட்டு நோய் எதிர்ப்புச் சக்தி மீட்கப்பட்டு, ஓரளவு நகரக்கூடிய சக்தியை செதெரீக் பெற்றுவிட்டான் எனக் கதாவெரோவுக்கு உறுதியளிக்கப்பட்டது. உடனடியாக, காத்துக்கிடக்கும் பத்திரிகையாளர்களை அழைத்துத் தான் செய்த சிகிச்கைகள் குறித்து கதாவெரோ சில நேரடி ஆதாரங்களுடன் விளக்கமளித்துவிடுவார். மருத்துவ வரலாற்றில் இதுவரை நிகழ்ந்த அற்புதங்களில் முதல் நபரான இளம் செதெரீக் அலீன் வெபெர்சன் காணவிருக்கும் புது வாழ்க்கையின் உண்மையான தொடக்கமாக அது அமையும்.

16

வெண்ணிற வானத்திலிருந்து ஓரளவு தனித்து நிற்கும் தூ மலைக்கும் இனி யாரும் செல்ல முடியாத அளவு பனி படர்ந்திருக்கும் இசாங்கிரேன் மலை முகட்டிற்கும் இடையில் உள்ள இயற்கைக் காட்சியைக் கடும் பனிப்பொழிவு மறைத்திருந்தது. ருயில்ட் மில்லர் வளாகத்திற்குச் செல்லும் வளைவான பாதையில் தொடர்ந்து பனி பொழிந்து கொண்டிருந்தது. வழியை அடைத்துள்ள பனியை அகற்றித் துப்புரவு செய்ய இரண்டு வாகனங்கள் ஏற்பாடு செய்யப் பட்டிருந்தன. இதற்கிடையில், சாலைப் போக்குவரத்தில் அடிக்கடி ஏற்படும் தடையைச் சமாளிக்க வளாகத்தின் அருகில் ஹெலிகாப்டர் தளம் ஒன்று இருந்தது. எனவே, காதுகளுக்குப் பழகாத பனி அகற்றும் எந்திரச் சக்கரங்களின் பெரும் சப்தத்துடன் ஹெலிகாப்டரின் சுழல் இறக்கைகளிலிருந்து எழும் இரைச்சலையும் சில நேரம் கேட்க நேர்ந்தது.

விசாலமான கண்ணாடி ஜன்னல் வழியாகத் தெரியும் மந்தமான காட்சியைப் பார்த்தபடியே, ஆரோக்கியமான பிசியோதெரப்பிக்கு எவை தடையாக உள்ளன என்பதை ஏற்றம் இறக்கம் இல்லாமல், ஒரே சுதியில் மருத்துவர் மோர்ஸ்லே மீண்டும் மீண்டும் பட்டியலிடுவதைச் செதெரீக் கேட்டுக்கொண்டிருந்தான்.

“உங்கள் அப்பாவின் அலுவலகத்திலிருந்து உத்தரவுகள் வந்துவிட்டன. உங்கள் செயல்திறன் அனைத்தையும் நீங்கள் மீண்டும் பெற்றுவிட்டால், பேராசிரியர் கதாவெரோவின் விருப்பத்திற்கு ஏற்றவாறு நடந்துகொள்ளலாம். நேற்று நிகழ்ந்த சம்பவம் கற்பனைக்கு எட்டாதது. இத்தகைய களேபரங்கள் உங்களை நிலைகுலையச் செய்ய அனுமதித்தால் அது பெரிய இழப்பை ஏற்படுத்திவிடும்”.

முகத்தில் எதிர் வெளிச்சம் அடிக்க, மனோதத்துவ மருத்துவரின் மங்கலான முகம் திடீர் பனிப்பொழிவின் பின்னணியில் தெரிந்தது. “இத்தகைய களேபரங்கள்” என மீண்டும் ஒருமுறை குறிப்பிட்டார். முந்தைய நாள் இரவில், இந்த வளாகத்தின் விழா அரங்கில் ஏற்பாடு செய்யப்பட்டிருந்த பத்திரிகையாளர் கூட்டம், மருத்துவமனை நிர்வாகத்தை ஆச்சரியத்தில் ஆழ்த்தியது. பேராசிரியர்கள் கதாவெரோ அனைத்து அதிகாரங்களும் பெற்றவர்போல்

காணப்பட்டார். "ரதியோ டெலிவிஷனே இத்தாலியானா"வின் பத்திரிகையாளர்களைக் கொண்டுவந்து இறக்கியவண்ணம் இருந்த ஹெலிகாப்டர்களைப் பார்த்தபோதுதான், மருத்துவமனை நிர்வாகம் ஒருவித அச்ச உணர்வுக்கு ஆளானது. பிணைக் கைதி போல் இருந்த செதெரீக்கிற்கு ஒரு குழப்பம் ஏற்பட்டது. ஏதோ தொலைக்காட்சிப் போட்டியில் முதல் முறையாகத் தோன்றும்போது, அவனைக் கேள்வி கேட்பதுபோல் இருந்தது. அதன் பின்னர், பிரபலமான நரம்பியல் அறுவைச்சிகிச்சை நிபுணருடன் எல்லோரும் பியேமோனுக்குப் புறப்பட்டுச் சென்றனர். ஏதோ ஜெனிவாவிலிருந்து வந்த கட்டளைக்கு இணங்கிச் செயல்படுவதுபோல், இரவில் ஏற்பட்ட பனிப்பொழிவு மீண்டும் குழப்பம் எதுவும் நேராமல் பார்த்துக்கொண்டது.

"எல்லோருக்கும் தெரியும் மனிதராக மாறிவிட்டீர்களே" என மருத்துவர் மோர்ஸ்லே பெருமூச்சுடன் ஒப்புக்கொண்டார். மனநல மருத்துவரின் பார்வையைச் செதெரீக் தவிர்த்தான்.

இப்படி அவர் கூறியது எதைக் குறித்து என்பது அவனுக்குப் புரியவில்லை. வேறு யாரோ ஒரு நபராக அவதாரம் எடுக்க அவனால் எப்போதும் முடியாது. வேறு ஒருவரின் உடற்கூறுகளின் உதவியோடு உயிரோடு இருப்பது என்ற இந்த விதிவிலக்கான அமைப்பில் ஏதோ முக்கியமானதொரு அம்சம் (அது என்னவென்று அவனுக்கு எதுவும் அதிகமாகத் தெரியாமல் போனாலும்) குறைவதை உணர்ந்தான். மேலும், வீட்டிற்குள் அணியும் தன் அங்கியின் மடிப்புகள்மீது இருக்கும் தனதெனக் கூறப்படும் கைகளைப் பார்ப்பதையும் தவிர்த்தான். கெட்ட கனவைக் காண்பது போன்றதொரு உணர்வுடன் எப்போதாவது பார்க்கத் துணிந்த அவனது ஒரே அங்கம், அவனது முகம் மட்டுமே. சந்தேகத்துக்கிடமான சில அசைவுகள் அவ்வப்போது ஏற்பட்டாலும் அவனுக்கு உரியதான உடலின் இந்தப் பகுதியை மட்டுமே அவன் ஏற்றுக்கொண்டுள்ளான். பார்வையில் விவரிக்க முடியாததொரு உணர்வும், நெற்றிப் பொட்டுகளிலும் முகவாயிலும் வினோதமான நிறங்களும் காணப்பட்டன. தன் தலை – ஏனெனில் அது அவனுடையது தான் – முரட்டுத்தோலுடைய ஏதோவொரு மிருகத்தின் முதுகெலும்பின் மீது ஊசலாடிக்கொண்டிருப்பதைப் போல் உணர்ந்தான். அவனுக்குத் தைரியம் சொல்வதாக நினைத்து, உறுப்பு மாற்றுச் சிகிச்சையின் பாரமையாக விளையும் பெருமளவிலான அதிர்ச்சிதான் அவனுக்கு ஏற்படும் மயக்கங்களுக்குக் காரணம் என மனநல மருத்துவர் விளக்கினார். இதனுடன் சேர்ந்து தெரியும் காட்சிகளின் கோளாறு, காதின் உட்புறத்தில் ஏற்படக்கூடிய சிரமங்கள், புலன்களுக்கு அப்பாற்பட்ட பலவிதமான பொய்த் தோற்றங்கள் ஆகியவற்றோடு அமர்தல் மற்றும் நிற்கும் நிலையில் ஏற்படக்கூடிய சங்கடங்களையும் அவர் விளக்கியிருந்தார்.

"கடைசியாக மேற்கொள்ளப்பட்ட உடல் பரிசோதனைகளில் நரம்பு மண்டலப் பாதிப்பு எதுவும் காணப்படவில்லை. எனவே கவலைப்படாதீர்கள். அதன் புவியீர்ப்பு மையத்தோடு முழுமையாக ஒன்றிப் போவதன்மூலம், உங்கள் புதிய உடலின் அந்தரங்க உணர்வை அடையத்தான் போகிறீர்கள்" என்றார்.

இதைக் கூறும்போது தன் தொண்டையில் லேசாகச் செருமல் ஏற்படுவதை மருத்துவர் மோர்ஸ்லே உணர்ந்தார். நரம்பியல்துறை அறிந்த எந்தவொரு மாதிரியோடும் இவர் எதிரில் உள்ள வேடிக்கை உருவம் பொருந்தவில்லை.

சுயத்தை இழத்தல், குறிப்பிட்ட சிலவற்றை மட்டும் மறந்துபோதல், சில விநோதமான இடையூறுகள் எனப் பல கோளாறுகள் அவனுக்கு ஏற்பட்டன. இவையெல்லாம் பரிதாபத்துக்குரிய ஒட்டுரக நபரான இவனுக்கு ஏற்படுவது இயல்புதான். தான் பெற்றுள்ள இந்த புதிய உயிர் அமைப்பை ஒருவாறு கடினப்பட்டு ஏற்றுக்கொண்டான். எனினும், எதார்த்த நிலையிலான உடல் அசைவுகளின் மீட்புச் சிகிச்சை முறை அவனைப் பல்வேறு ஊகங்களில் ஆழ்த்தியிருந்தது. சில கிலோகிராம் எடையுள்ள மனிதத்தலை ஒன்றுடன் அறிவுப்புலன்கள் இயக்கங்கள் அனைத்தையும் அது பாதுகாத்து வைத்துள்ளதாக அனுமானித்துக் கொண்டாலும், தலை துண்டிக்கப்பட்ட அன்னிய உடலான இப்பகுதி இணைவதை எவ்வாறு ஏற்றுக்கொள்ளும்? தன்னைப் பல நபர்களாக பாவித்துக்கொள்ளும் மனநோய்க்கான அறிகுறி அமெரிக்கர்களிடையே மிகவும் பிரபலமானதாகும். இத்தகைய மனநோய் குறித்த புள்ளிவிவரங்களின் கையேடுகளில் இந்நோய் இடம்பெறாவிட்டாலும் இப்புதிய நோயாளியின் நிலையோடு அது பெரிதும் ஒத்துப்போகிறது என ஹான்ஸ் மோர்ஸ்லே உறுதிபடத் தெரிவித்தார். அந்த நேரத்தில், ஒரு கையால் தன் வாயைப்பொத்தி இருமினார்.

“சரி, மின் தூண்டுதல் சிகிச்சைகளால் உங்கள் உடல் சார்ந்த வலிகள் குறைந்திருக்கின்றனவா?”

செதெரீக் தோள்களை உயர்த்தினான். அப்படிச் செய்யும்போது, முதுகுத்தண்டிலிருந்து அவற்றை ஒரு கணம் அசைக்காமல் இருந்தான். விழித்திருக்கும்போதோ தூங்கும்போதோ, சில நேரங்களில் சிறு உரசல்கூட போதும், எந்தவொரு உணர்வின்போதும் அவனுக்கு ஏற்படும் பயங்கர வலியின் ஆழம், தோராயமாக உண்டாகும் உளவியல் ரீதியான உடலியக்க வலிகளோடு ஒப்பிட முடியாதது. அதை ஏதோ ஒரு மனப் பிரமை என்றோ அவனுடைய உடல் முழுவதும் ஆக்கரமித்திருந்த ‘ஆவி’ என்றோ சொல்ல முடியாது.

“என்னிடம் துருவித்துருவி விசாரிப்பதுபோல் உள்ளது . . .”

“நீங்கள் என்னதான் சொல்லவருகிறீர்கள்?”

“நான் ஏதோ உயிருள்ள ஒருவனின் இடத்தை ஆக்கிரமித்திருக்கும் இறந்தவனைப் போல் இருக்கிறேன்”.

கால்கள் மரத்துபோன நிலையில், சரியான வார்த்தைகள் கிடைக்காமல் அந்த மனநல மருத்துவர் சில நொடிகள் தயங்கினார். கை, கால் அல்லது நிழல் உறுப்பில் ஏற்படும் உணர்வு உடல் முழுவதுமாகப் பரவி இவ்வளவு வலியைத் தராது. ஏனெனில், வெட்டுண்ட கை, கால்களின் முடிவில் உள்ள நரம்புப் பாதிப்புகள் எதுவும் அதில் கிடையாது. இணைக்கப்பட்ட

உடல் மீண்டும் இயல்பாக இயங்கத்தொடங்கி அதன் முதுகுத்தண்டின் வழியாக அதிர்ச்சியின் உணர்வினைக் கடத்தும்வரை, அத்தகைய வலி ஏற்படச் சாத்தியமில்லை.

“கழுத்துப் பகுதிகளில் எப்படி உணர்கிறீர்கள்?”

“எனக்கு ஏற்பட்டுள்ள வடுவைப் பற்றித்தானே கேட்கிறீர்கள்? சில நேரங்களில் காண்டாமிருகம் ஒன்றை மலைப்பாம்பு விழுங்குவதுபோன்ற உணர்வு ஏற்படுகிறது”.

கைத்தாங்கலாக அழைத்துவந்த செவிலிப்பெண் ஒருத்தியின் உதவியோடு தன் அறைக்குத் திரும்பிய செதெரீக், ஊன்றுகோலின்மீது அழுத்தியபடி, சிகிச்சையளித்த மருத்துவர் கடைசியாகக் கூறியதைக் குழம்பிய மனநிலையில் தனக்குள் அசைபோட்டான். “வலி பற்றி விளக்கச் சில காட்சிகளை ஒப்பிட முடிகிறதென்றால் அதுவே உங்களுக்கு வலி குறைந்தது என்பதற்கான அறிகுறியாகும்”.

17

கடுமையான குளிரின் காரணமாகப் பனிப்பொழிவு இறுகி, பனிக்கட்டிகளாய் மாறியிருந்தன. எங்குப் பார்த்தாலும் பனிச்சிலைகள், மரங்களின் வழியே தெரியும் ஆவி உருவங்கள், சாலை பராமரிப்பு உபகரணங்கள்; இலக்கிய உலகின் புகழ்பெற்ற பெண் எழுத்தாளர் வசிக்கும் வெர்சுவா கிராமத்திலும் இகாப்பேயிலும் உள்ள முகத்துவாரங்களில் உல்லாசப் படகுகளின் பாய்மரங்கள் காணப்பட்டன. கரையோரப் பகுதிகள் பாதிப் பனிக்கட்டியாக மாறியிருந்த நிலையில், நீல வானத்தின் கீழிருந்த அந்த லெமான் ஏரி ஓர் உலோகக் கத்தியைப் போல் பளபளத்தது. அந்தக் கோட்டை வீட்டின் ஜன்னல் வழியாகப் பார்க்க, பாலத்தின் அந்தப் பக்கம் உள்ள ஜெனீவாவின் மேற்குப் பகுதி தெரிந்தது. விடியற்காலை வெளிச்சத்தில் ஜூரா மலைமுகடுகள் நட்சத்திரங்களாய் மின்னியதைப் பார்க்க முடிந்தது.

இத்தகைய கம்பீரமான காட்சிகளைத் தூக்கமில்லாத பாதிக் கனவில் லோர்னா வெறித்துப் பார்த்துக்கொண்டிருந்தாள். முந்தைய நாள் இரவில், குறைந்தது கொஞ்சம் காலத்துக்காவது எங்காவது சென்று ஓய்வெடுக்க வேண்டிய தேவை அவளுக்கு இருப்பதை அதிகம் உணர்ந்தாள். இத்தனை மாத விடுப்பிற்குப் பின் அவளுடைய பத்திரிகை நிறுவனம், அரேபியாவில் மகிழ்ச்சிகரமானதொரு சுற்றுலாப் பயணத்தை அவளுக்கு அன்பளிப்பாக வழங்கியிருந்தது. நாடு முழுவதும் அரசுக்கு எதிரான இனக்குழுக்களின் எதிர்க்குரல்கள் ஒலித்துக்கொண்டிருந்தன.

சானா வசந்ததைச் சேர்ந்தவர்கள் மத்தியில் இஸ்லாமிய எதிர்ப்பாளர்கள், சிறுபான்மை ஷியா போராளிகள் ஆகியோருக்கும் சவுதி அரேபியாவின் ஆதரவுடன் செயல்பட்ட அரசுத் துருப்புகளுக்கும் இடையே நிலவிய உள்நாட்டுப் போர்களை இத்தகைய எதிர்க்குரல்கள் மேலும் வளர்க்கத் தூண்டின. பணியின்போது சந்திக்க நேரும் அபாயங்கள், மனக்கலக்கத்திற்கு அதிசயமான

மாற்று மருந்தாக அமைந்துவிடும். 5 ஆண்டுகளுக்கு முன், பாக்தாத் நகரிலிருந்து திரும்பியிருந்த சில நாட்களுக்குள் அந்தச் சந்திப்பு நிகழ்ந்தது. தன் பத்திரிகை அலுவலகத்தில் நடந்த காக்டெயில் விருந்தொன்றில் செதெரீக்கைச் சந்தித்தது அவள் நினைவிற்கு வந்தது. சிரியாவின் தேவாலயத்தின் அருகில் நிகழ்ந்த தாக்குதல் முயற்சியில் தப்பி வந்த அவளிடம், உட்கார்ந்த இடத்திலிருந்து பத்தி எழுதும் தன் பணிக்காகச் செதெரீக் ஏறக்குறைய வருத்தம் தெரிவிக்கும் அளவிற்குப் பேசினான். பெரும் முதலீட்டுக் குழுக்களைத் தாக்கிப் பேசிய அவன், மேலும் ஆழமாகத் தன் கருத்துக்களை எடுத்து வைத்தான். வழக்குகள், நேரடி மற்றும் மறைமுக அச்சுறுத்தல்கள், கள்ள மிரட்டல்கள், தனிப்பட்ட முறையிலான தாக்குதல்கள் ஆகியவை அவனுடைய பணியின் அன்றாட நிகழ்வுகளில் இடம்பெற்றிருந்தன.

முந்தைய நாள்தான், ஜெனீவாவின் வங்கிக்கூடத்தைப் போன்று அகலமானதொரு வரவேற்பறையில் செதெரீக்கின் தந்தையை நேராக லோர்னா சந்தித்திருந்தாள். அப்போது, அந்தத் தொழிலதிபருக்கும் அவருடைய மகனுக்கும் இடையே சரிசெய்ய முடியாத அளவு ஏற்பட்டு விட்ட விரிசல் குறித்தும், இவ்வளவு தூரத்திலிருந்து கணிசமான தொகை செலவு செய்வதுமான முரண்பாடான அவருடைய செயலுக்கான நோக்கத்தைப் பற்றியும் ரகசியமாகக் கேட்டுத் தெரிந்துகொள்ள முயல்வதை அவளால் தவிர்க்க இயலவில்லை. பார்வை மங்கிய முதியவரான மோரீஸ் அலீன் வெபெர்சனின் ஒடுங்கிய முகத்தில் வெளிப்படையான புன்னகை தெரிந்தது.

பிற்பகலில் நிகழ்ந்த அவர்களுடைய சந்திப்பு முடிந்ததும், வெபெர்சன் இரவு உணவிற்காக அவளை அங்கேயே தங்கவைத்துவிட்டார். அந்த நேரத்தில் லெமான் ஏரி மீது நுரையுடன் கூடிய பேரலையாகப் பனி பொழிந்துகொண்டிருந்தது.

“செதெரீக் ஏன் குடும்பத்தைவிட்டுப் பிரிந்து சென்றான்? உங்கள் நடவடிக்கைகள்தான் காரணமா?”

எம்.ஏ.டபிள்யூ மருந்துத் தொழில் நிறுவனத்தின் உரிமையாளர் அதிர்ச்சியடைந்த முகத்தோடு தலையை ஆட்டினார்.

“இருக்கலாம். அவன் எழுத்தைத்தான் நீங்கள் படித்து இருக்கிறீர்களே. பல மோசமான குற்றச்சாட்டுகளை எங்கள்மீது வைத்துள்ளான்”.

“தவறான குற்றச்சாட்டுகளா?” எந்திரமயமானதொரு பொறுமையுடன், பரிமாறுவதும் சாப்பிட்ட பின் எடுத்துச் செல்வதுமாக இருந்த உணவு விடுதியின் வேடிக்கையான உபசரிப்பாளரை நோட்டமிட்டபடியே, லோர்னா வெகுளித்தனமாகக் கேட்டாள்.

“அவனைப் பொறுத்தவரை, ஒட்டுமொத்தமாகப் பார்த்தால், மருந்துத் தொழிற்சாலை என்பது அரசு மற்றும் பொது சுகாதாரச் சேவைப் பிரிவுகளின் மோசமான கூட்டுச்சதியுடன் இயங்குவதாகும். ஏறக்குறைய

உலக மக்கள் அனைவரின் மருத்துவமுறைக் கோளாறுகளுக்கும் காரணமான சர்வதேசக் குற்ற நிறுவனம். அப்படிப் பார்த்தால், நாள்தோறும் 12 மருந்துகளை உட்கொள்ளும் நானும் என் சொந்தத் தொழிற்சாலையின் பொருட்களுக்கே பலியாகி இருப்பேன்."

கொஞ்சம் வலிந்து சொல்லப்பட்ட இந்தக் கூற்றைக் கேட்ட லோர்னா முகத்தில் புன்னகை. தங்களுக்குச் சாதகமான பெரிய ஆய்வுகள், அறிவியல் மற்றும் அரசியல் துறையில் உயர் பதவியில் உள்ளவர்களை விலைக்கு வாங்குதல், மாலத்தீவு, சீஷெல்ஸ் ஆகிய தீவுகளில் நடந்த மருத்துவக் கருத்தரங்குகள், புதிய மருந்துகளுக்கு அடிமையாகுமாறு நிர்ப்பந்திக்கக்கூடிய 2ஆம் மற்றும் 3ஆம் கட்டச் செயற்கையான பக்கவிளைவுகள் அல்லது பயங்கரமான அறிகுறிகளை உருவாக்குதல், ஆப்பிரிக்க அல்லது லத்தீன் அமெரிக்கப் பழங்குடிகள் பலரின்மீது நடத்தப்பட்ட பரிசோதனைக்குட்படாத, பெரும்பாலும் விஷத்தன்மையுடைய மருந்து மூலக்கூறுகளின் பரிசோதனை ஆகியவற்றைப் பற்றி விரிவாக எடுத்துரைக்க செதெரீக் தயங்கியதில்லை.

"நீங்கள் சிரிப்பதுபோல் தெரிகிறது. இந்தப் பெரிய எந்திரத்தில் நான் ஒரு உதிரிப்பாகம் மட்டுமே." எனக்குச் சொந்தமான நிறுவனத்திற்கு இதில் பெரிய அதிகாரம் எதுவும் இல்லை. சந்தை மற்றும் தொழில் முதலீட்டிலும் எங்கள் நிறுவனம் ஒரு குழுமத்தைச் சார்ந்துள்ளது; மேலும் விரிவடைவதே அவர்களுடைய நோக்கமாகும். அது ஒரு மனச்சாட்சியில்லாத மூளைதான். ஏற்றுக்கொள்கிறேன். ஆனால், உங்களுக்குத் தெரியாதது இல்லை. இந்தப் பொருளாதார எந்திரத்தை எதிர்த்து நம்மால் ஒன்றும் செய்ய முடியாது. பொருளாதார நிபுணர், போராட்டக்காரர், பணமுதலீட்டாளர் எவராக வேண்டுமானாலும் இருக்கலாம். இது வொல்தேரின் கடிகாரம் போன்றது இல்லை. ஆயிரக்கணக்கான முட்களைக் கொண்ட இந்தப் பெரிய முட்டாள் கடிகாரத்திற்கென உண்மையில் கடிகாரத் தயாரிப்பாளர் யாரும் இல்லை.

ஏரியை நோக்கியவாறு அமைந்திருந்த படகுத்துறையின் எதிரில் நின்றிருந்த லோர்னா சிறிது ஆச்சரியத்தோடு, கரையோரத்திலும் பூங்காவின் உட்புறத்திலும் காணப்பட்ட பனி உருவங்களைக் கவனித்தாள். அவற்றுள் ஒன்று, கண்ணாடியாய் உறைந்துபோன குளத்தின் அருகே இருந்தது. பீடத்தில் நிற்கும் உண்மையான சிலையாக இருந்திருக்க வேண்டும். இத்தகைய பனிக்கடல் முன் முற்பகல் முடிவில் புறப்படுவதாகத் திட்டமிடப்பட்டிருக்கும் ரோமுக்கான பயணம், அவளைப் பொறுத்தவரைத் தள்ளிப்போடக்கூடியதே. எமிலியோவை மீண்டும் காண வேண்டும் என அத்தனை பெரிய ஆவல் அவளுக்கு உள்ளதா? ஆழ்ந்த உறக்கத்தில் இரவைக் கழித்த பின் பயணச்சீட்டை மாற்றி, ஜெனீவா விமான நிலையம் வழியாக ஏமனுக்கு நேர் விமானம் பிடித்துச் சென்றுவிடுவாள்.

முந்தைய நாள் அன்று செதெரீக், இருபது வயதில் எடுத்த புகைப்படம் ஒன்றினை மோரீஸ் அலீன் வெபெர்சன் விரும்பி அவளிடம் கொடுத்திருந்தார். கடற்கரையில் நீச்சல் உடையில் இருந்த அவன்

இளமையில் ஜொலித்தான். வாழ்வின் புதிர்களுக்கிடையே உடலுக்கும் ஆன்மாவிற்கும் இடையிலான தற்காலிக உறவு. இந்த வினோதமான பரிசுப்பொருளைத் தொடர்ந்து எதையோ சொல்லவருகிறார் என அவளுடைய உள்ளுணர்வு கூறியது. விபத்து நடந்த மறுநாள் தன்னைத் தொடர்புகொண்டதற்கும், தயக்கங்கள் ஒருபுறம் இருப்பினும், மூன்று மாதங்கள் கழித்து ஜெனீவாவிற்கு வந்து தன்னைச் சந்தித்ததற்கும், அந்தத் தொழிலதிபர் அவளை மனதார வாழ்த்தினார் என்றே சொல்ல வேண்டும்.

“செதெரீக் எனக்குள்ள ஒரே பையன். என்னை அவன் வெறுத்தாலும் அவன் என் மகன். அவனுடைய தாயின் மரணத்தைத் தொடர்ந்து நிகழ்ந்த அந்த விரிசலுக்குப் பின், தூரத்திலிருந்தபடியே தொடர்ந்து அவனை நேசித்துவருகிறேன். என் எதிரிலேயே அவள் ஜன்னல் வழியாக வெளியே குதித்தாள் என்பதை ஒருவேளை உங்களிடம் அவன் சொல்லியிருக்க மாட்டான். தற்கொலையைச் செதெரீக் நம்பவில்லை. பன்னிரண்டு வயதில் அம்மாவின் தற்கொலையை எப்படி நம்புவது? அந்தச் சம்பவம் நடந்த சில நாட்களுக்கு முன்பாகத் தூக்குபோட்டுக்கொள்ள அவள் முயன்றிருந்தாள். எனவே, என்னை யாரும் சந்தேகிக்கவில்லை. ஆனால், செதெரீக் என்னைவிட்டுப் பிரிந்துவிட்டான். அதன் பின் எனக்கும் அவனுக்கும் எந்தவிதப் பேச்சுவார்த்தையும் இல்லாமல் போனது. மிகச் சிறந்த விடுதியில் தங்கிச் சில ஆண்டுகள் படித்து முடித்த பிறகு, பலமுறை ஓடிப்போய், பிறகு ஒரேயடியாய் மறைந்துவிட்டான். அவன் எங்கு இருக்கிறான் எனக் கண்டுபிடிக்க எனக்குப் பல நாட்கள் பிடித்தன. அவன் பெற்றுள்ள இரவல் அடையாளம் எனக்குத் தெரியாது என்று நினைக்கிறீர்களா? ஒருவகையில், அவன் என் பார்வையைவிட்டு அகலவில்லை. எங்குச் சென்றாலும் அவனுக்குத் தெரியாமல் அவனைப் பின்தொடர்ந்தேன். கடைசியாகச் சென்ற அந்த உல்லாசக் கப்பல் தவிர அவன் சென்ற அத்தனை இடங்கள் குறித்தும் எனக்கு அவ்வப்போது தகவல்கள் வந்தபடி இருந்தன. லோர்னா, இதற்கு நீங்கள்தான் பொறுப்பு என்பேன். உங்கள் காதலின் காரணமாகத்தான் என்னால் அவனைக் காப்பாற்ற முடியாமல் போனது” என்று பேசிக்கொண்டே போனார்.

அவரை லோர்னா வேகமாக இடைமறித்தாள். வின்ச் ஒன்றிலிருந்து தவறிவிழும் ஒருவனை எப்படித் தடுத்துவிட முடியும்? திமிர் என்று சொல்ல முடியாவிட்டாலும், அந்த முதியவரின் அணுகுமுறையில் கொஞ்சம் மமதை இருந்தது.

‘ஒன்றைத் தெரிந்துகொள்ளுங்கள். பணம் சின்னச்சின்ன வசதிகள் பலவற்றையும் பலத்தையும் தரும். ஆனால், இப்போது நேர்ந்திருப்பது மீள முடியாத சோகம். என் மகன், அவன் சொந்த உடலை இழந்துவிட்டான். ரத்த உறவோடு பார்த்தால், இனியும் அவன் என் மகன் இல்லை. புரிகிறதா? உங்கள்மூலம் சேர்ந்து அவனுக்குப் பிள்ளைகள் பிறந்தால், அவர்களுக்கு வேறு ஒரு நபருடைய உயிர் அணுக்கள்தான் இருக்கும்” என்றார்.

இத்தகைய அதிர்ச்சியளிக்கக்கூடிய வாதத்தைக் கேட்டுப் பதறிய லோர்னா கண்களை அகல விரித்தாள். எல்லாவற்றையும் தன் கட்டுப்பாட்டிற்குள் கொண்டுவர வேண்டும் எனும் தன் முக்கியமான விருப்பங்களுக்கிடையில் வாரிசு குறித்த அக்கறையும் அவரது மேட்டிமையில் இருந்தது புரிந்தது. இந்தக் கட்டத்தில், குமட்டிக்கொண்டு வரவே, அவரிடம் அவசரமாக விடைபெற்றுத் தன் அறைக்குத் திரும்பியவள், சாப்பிட்ட உணவு முழுவதையும் வாந்தி எடுத்தாள். படுக்கையில் விழுந்தவுடன், முழுநிலவு மற்றும் கண்ணாடிகளின் மங்கிய ஒளியில் எல்லாவற்றையும் மறக்க முயன்றாள். ஆனால், படுக்கை விரிப்பின்மீது செதெரீக்கின் வெற்றுடம்பு தவழ்ந்தபடி இருந்தது. தன் கனவின் நிசப்தத்தை ஒரு கணம்கூடக் கலைக்காமல் நீண்ட நேரம் அச்சத்திலோ மகிழ்ச்சியிலோ விசும்பியதை உணர்ந்தாள்.

அடுத்த நாள், இயற்கையின் பின்னணியில் அமைந்த இந்த உறைந்துபோன சிலைகள், பனிமலையின் ஆற்றொழுக்கிற்கு அடித்துச் செல்லப்படும் பனிக்கட்டிக் குவியல்களை நினைவூட்டின. தானியங்கிப் பொம்மை போல் நடந்துகொண்ட வினோதமான பணியாள் லோர்னாவின் பெட்டிகளை இறக்கி வைத்திருந்தான். புறப்படும் நேரத்தில் பிடிமானமுள்ள சக்கரங்கள் கொண்ட கார் ஒன்று காத்திருக்க, எங்கிருந்தோ வந்து குதித்துள்ள இந்த மருமகளை வாசல்வரை வந்து வழியனுப்ப மோரீஸ் அலீன் வெபெர்சன் முடிவெடுத்தார். அவளைப் பற்றி ஏறக்குறைய எல்லா விஷயங்களும் அவருக்குத் தெரியும். அவருக்காக விசாரித்தவர்கள் அவளுடைய காதல் விளையாட்டுகள் குறித்தும் சவால்கள், அபாயங்கள் ஆகியவற்றை எதிர்கொள்வதில் அவளுக்கு உள்ள அபத்தமான விருப்பம் குறித்தும்கூட அவரிடம் சொல்லிவைத்திருந்தனர். அவரிடமிருந்து அவள் சற்று விலகிநின்று பழகியபோதிலும் அவளை அவருக்குப் பிடிக்காமல் இல்லை. இதுபோன்று வாழ்க்கையில் நடந்துகொள்ளும் ஒரு பெண் பணத்தாசை பிடித்தவளாக இருக்க முடியாது. தன் வணிகத்திற்கு அப்பால், இதுபோன்ற பற்றற்றவர்களையே அவர் பெரிதும் விரும்பினார்.

"போய்வாருங்கள் லோர்னா. வாய்ப்புக் கிடைக்கும்போது என்னை வந்து பாருங்கள். உங்கள்மீது எனக்கு நம்பிக்கை உள்ளது. என் மகனை நீங்கள் கைவிட மாட்டீர்கள் என்பது எனக்குத் தெரியும். நான் வேறென்ன சொல்ல? செதெரீக் என்னைப் புறக்கணிக்கிறான். அதைப் பற்றி எனக்குக் கவலை இல்லை. எது எப்படி இருந்தாலும் உங்களிடம் ஒரு ரகசியத்தைச் சொல்லிவைக்கிறேன். அவனுடைய உண்மையான உடல், அவனுடைய சிதைந்த, வெட்டியெடுக்கப்பட்ட உடல், குடும்பக் கல்லறையில் அவனுடைய தாயின் உடலருகில் . . ."

வயது முதிர்ந்த அந்த நபரின் வக்கிரத்தைக் கண்டு அதிர்ச்சியடைந்த லோர்னா, கத்திவிட்டாள்.

"சரி, நோய் எதிர்ப்புச் சக்தியை இழந்து உடல் ஒத்துழைக்காமல் அல்லது வேறு ஏதோ காரணத்தால் உங்கள் மகன் இறக்க நேர்ந்தால் நீங்கள் என்ன செய்வீர்கள்?"

“அந்தச் சமாதியில் அவனுடைய தலையையும் சேர்த்துவிடுவேன்” என அமைதியாகப் பதில் சொன்னார். “ஆமாம். செரித்துப்போகாத சவப்பெட்டி ஒன்றில் அவனுடைய உண்மையான உடல் அதற்காகக் காத்துக்கொண்டிருக்கிறது. என்னைப் போன்றவர்கள் எல்லா அனுமதிகளையும் பெற்றுவிட முடியும். அங்கு அவனுடைய தலையை வைத்த பின் என் பெயருக்குப் பக்கத்தில் அவனுடைய பெயரைப் பொரித்துவிடுவேன். அவனுக்குப் பிறகு நான் ஒரு கணம்கூட உயிர் வாழ்வேன் என உங்களால் நினைத்துப்பார்க்க முடியுமா? பெரும்பாலும் அவனுக்கு முன்பாகவே நான் கிளம்பிவிடுவேன். அப்படி ஒரு நிலை ஏற்பட்டால், அந்தப் பொறுப்பை நீங்கள் எடுத்துக்கொள்ளுங்கள். நீங்கள்தானே அவனை உறுதியாக நேசிக்கிறீர்கள்? இந்த உலகில் எனக்குத் தொடர்ச்சியாக வரவுள்ள ஒரே நபர் செதெரீக்தான் புரிகிறதா? எனக்கு யார் மீதும் நம்பிக்கை இல்லை. குறிப்பாக என் பங்குதாரர்கள். மேலும் ஒரு ரகசியத்தை உங்களுக்குச் சொல்லப்போகிறேன். உண்மையில் அது ஓர் ஊகம்; சாத்தியமுள்ள ஒரு சந்தேகம். ஆனால், அதை யாருக்கும் எப்போதும் தெரிவிப்பதில்லை என்று என் மகன்மீது சத்தியம் செய்ய வேண்டும்” என்றார்.

18

இத்தாலியின் திரியேஸ்த் மாகாணத்தில் தோப்புகளுக்கு மத்தியில், அதிரியாத்திக் கடலைப் பார்த்த வண்ணம் மேடான பகுதி ஒன்றில் எமீல் ஸொலெரின் மருத்துவமனை அமைந்திருந்தது. அமைதிக்காக ஏங்கும் நோயாளிகளுக்கு அது ஒரு புகலிடமாக இருந்தது. சிகிச்சையளிக்கும் மருத்துவமனையாகவும், நோயிலிருந்து மீள்பவர்கள் ஓய்வெடுக்கும் இடமாகவும் அந்த நிறுவனம் செயல்பட்டுவந்தது. இங்குத் தங்கள் அடையாளத்தை மறைக்க விரும்பும் பிரபலங்கள், பல்வேறு காரணங்களுக்காக அச்சுறுத்தலுக்கு உள்ளாகி இருக்கும் மனிதர்கள் ஆகியோருக்கு எளிய தோற்றச்சூழலில் உயர் பாதுகாப்போடு சிகிச்சை அளிக்கப்படும். செதொீக்கை மக்கள் முன் அறிமுகம் செய்யத் தொலைக்காட்சிச் சந்திப்பு ஒன்றிற்கு ருயில்ட்மில்லர் மருத்துவமனை ஏற்பாடு செய்திருந்தது. இதன் மூலம் செதொீக்குக்கு உறுப்பு மாற்று அறுவைச் சிகிச்சை செய்த நிபுணர்களின் சுயநலம் பூர்த்தி செய்யப்பட்டது. ருயில்ட் மில்லர் பங்களாவில் நடந்த அந்த நிகழ்விற்குப் பின் இதில் தொடர்ந்து ஆர்வம் காட்டும் மக்கள், பத்திரிகையாளர்கள் ஆகியோரிடமிருந்து தப்பிக்க ஒரே வழி, மிக விரைவில் அவனைத் தூரமான இடத்திற்குக் கொண்டுசெல்வதுதான். சட்டப்பூர்வமான பாதுகாவலர் என்ற முறையில், எல்லா விஷயங்களையும் மருத்துவர் செர்வீல் கவனித்துக்கொண்டார். சிகிச்சை பெறுபவருடன் எவ்வித நேரடித் தொடர்பும் வைத்துக்கொள்ளாமல், அவரை மருத்துவர்கள் பார்வையிட்டு அளிக்கும் சிகிச்சையின் தரத்தைக் கண்காணிக்கும் பொறுப்பு ஜெனீவாவைச் சேர்ந்த இடைத்தரகருக்கு அளிக்கப்பட்டிருந்தது. மருந்துத் தொழிற்சாலை அதிபர் ஒருவரின் வாரிசுக்குக் காட்டப்படும் சலுகைகள், எவ்வித படோடாபமும் இல்லாமல் இயல்பானவையாகத் தோற்றமளிக்க வேண்டும். அதே நேரம், ஒவ்வொரு கணமும் தேர்ந்த பலனளிக்கக்கூடிய சிகிச்சையை அளிக்க வேண்டும்.

சாத்தியமான சிறந்த மருத்துவக் கவனிப்பின் கீழ் இருந்த செதெரீக்கிற்கு இந்த வசதியான சூழல் மிக இயல்பாகப் பழகிப்போனது. இந்த வெளியில் தன்னைத்தானே அடையாளம் காண முடியும் எனும் நம்பிக்கையை முழுமையாக இழந்த பிறகு, உங்களைச் சுற்றியுள்ளவர்கள், இழந்த காலத்தைப் போல் தோன்றுவார்கள். அதிரியாத்திக் கடலுக்கு எதிரில், கருங்குன்றங்களும், மலைக்காடுகளும் சூழ அமைந்திருந்த நெடிய ஓக் மரங்கள் கொண்ட பூங்கா இனிமையானதொரு அமைதியில் ஆழ்ந்திருந்தது. பறவைகளின் கானம், கடல் காற்றால் வருடப்படும் கிளைகள் ஆகியவற்றுக்கிடையே அமைந்த இவ்விடம், சில நேரத்தில் திடீரென நிகழக்கூடிய உயிர்த்தெழுதல் போன்ற உணர்வுக்கும் அது தரும் வேதனையளிக்கக்கூடிய அச்சம் அல்லது திடீர் ஆச்சரியத்துக்கும் ஏற்றதாக இருக்கும். தினமும் காலையில், இரவின் பனிமூட்டத்திரை சிறிதும் இன்றி விண்ணில் மிக அதிகமாகப் பிரகாசத்துடன் அப்பழுக்கற்ற சூரியன் தொடர்ந்து உதிக்கிறது. சற்றுத் தூரத்திலிருந்தபடிப் பின்தொடர, ஒரு செவிலியரை ஏற்பாடு செய்து, அந்த நிழல் கவிந்த நடைபாதையில் அவனுடைய போக்கில் நடக்கவிடுகிறார்கள். வெட்டுக்கிளிகளும் தேனீக்களும் நிறைந்ததொரு விரிப்பின்மீது நடப்பதுபோன்ற உணர்வு செதெரீக்கிற்கு ஏற்பட்டது. தன்னைச் சுற்றிக் கேட்கும் ஒலிகளுக்கு, அந்த அளவு அவனுடைய கண்கள் அசைவுகளாகவும் சிமிட்டல்களாகவும் பதிலளித்தன. ஐம்புலன்களின் எல்லைகளை வரையறுக்க முடியாமல் தவித்தான். கோடையின் நிறங்கள் மரப்பட்டையின் சாறுபோல் சுவையற்று இருந்தன. சுற்றிலும் எழும் ஒலிகள் அவனுடைய தேகத்தைச் சூடாக்கின. வாசனைகள்கூட அவனுடைய கண், செவிப் புலன்களை ஆக்கரமித்திருந்தன. அண்மையில் மேற்கொண்ட மருத்துவப் பரிசோதனையின்போது பிரபல நரம்பியல் நிபுணரான மருத்துவர் ஷொல்லர் அவனுக்கு நம்பிக்கையூட்டுவதாக நினைத்துக்கொண்டு சில செய்திகளை விவரித்தார். லட்சக்கணக்கான மூளை நரம்புகளின் இணைப்புகளின் விளைவாக ஏற்பட்டிருக்கக்கூடிய ஒரு விதமான கோளாறு குறித்து விளக்கினார். இந்த நரம்புநார்களின் ஒரு பகுதி தொடர்ந்து சீராக்கப்பட்டுவரும் நிலையில் உள்ளதாகவும், உடற்கூறு நினைவுகளின் பிறழ்வுகளோடு தொடர்புடைய உணர்வுகளின் இயக்கத் தாமதநிலை குறித்தும் விரிவாகப் பேசினார்.

தன் நினைவுகள் பற்றிய உறுதியானதொரு எண்ணம் இல்லாமல் இருந்த அவனுடைய மனம், தன் பிரக்ஞைக்கு அப்பாற்பட்டதொரு பொய் விருப்பத்தின்மீது சில நேரங்களில் தாவிச் சுவைத்தது. உங்கள் உடலில் வேறு ஒரு வரலாறு குடிகொண்டிருக்கும்போது, உங்களுக்கேயுரிய கடந்தகாலம் மட்டுமல்ல உங்கள் உணர்வுகளைக்கூட எப்படி நம்ப முடியும்? பல்வேறு மயக்கமருந்தியல் நிலைகள், போலி கோமா போன்ற நிலைகள் முடிந்ததிலிருந்து தன் மூளை எதார்த்தத்திலிருந்து முழுமையாகத் தனியே விலகிக் கொண்டதைப் போல் தோன்றியது. ஏதோ தூக்கக் கலக்கத்தில் தோன்றும் சந்தேகத்துக்கிடமான காட்சிகளை மட்டுமே உணர்த்துவதுபோல் இருந்தது. ஏறக்குறைய அரூபமான, ஒளி மிகுந்த தெளிவானதொரு வகையான கனவு என்று சொல்லலாம்.

துயிலீப் மலர்களுக்கு இடையில் வளைந்து செல்லும் நடைபாதையின் முடிவில் நின்றபடித் தன்னைக் கவனித்துக்கொள்ளும் தேவதையை செதெரீக் அப்போதுதான் பார்த்தான். மென்மையானதொரு மேலங்கியின் பைகளில் கைகளை நுழைத்தபடி, அதுவரைத் தான் பின்தொடர்ந்த நபர் பக்கம் பாதித் திரும்பிய பின் அவனை நோக்கி வரத் தயாரானாள்.

கொஞ்சம் அருகில் வந்துசேர்ந்ததும், "என்ன ஓர் அருமையான வாக்கிங்! நீங்கள் நாளுக்குநாள் மிக இயல்பாக நகர ஆரம்பித்திருக்கிறீர்கள்" என்றாள்.

"முன்புபோல் ஒற்றைக்காலில் இப்போது நான் நொண்டுவதில்லை என்று சொல்லவருகிறீர்கள் இல்லையா?"

அவள் அணிந்திருந்த செவிலியர் தொப்பியின் வெள்ளைப்பட்டைக்கு அடியில் பலரும் பார்க்கும்படியான அவளுடைய சராசரியான கனிவான அழகைக் கண்டு வியந்து, ஆர்வத்தோடு பார்த்தான். ஒரு பெண் இருப்பதால் ஏற்படும் இத்தகைய மேலோட்டமான உணர்ச்சியின் மூலம் எங்கு உள்ளது? மண்டைக்குள் உள்ள மூளையின் நரம்பு மண்டலத்திலா அல்லது அவற்றிற்குக் கீழே உள்ள அவனுக்கு உரிமையில்லாத அடி வயிற்றின் ஆழத்தில் உள்ள ஜீரண உறுப்புகளிலா?

"என்றாவது ஒருநாள், என் வீட்டிற்கு நான் திரும்ப முடியுமா?" என வசிக்கக்கூடியதொரு இடம் குறித்த எந்த நினைவுமின்றிக் கேட்டான்.

"நிச்சயமாக. உங்கள் தேவைகளுக்கு யாரையும் சார்ந்திராமல் தானே இயங்கும் சக்தியைப் போதுமான அளவு பெற்ற அடுத்த நொடியே..."

சிகிச்சை பெறுபவர்களின் விருப்பத்தை அனுசரித்துப்போவது போல் பேசப் பயிற்சி பெற்றிருந்த செவிலிப்பெண் பதில் அளித்தாள்.

"அதாவது உடலளவில், அப்படித்தானே?"

"ஆமாம். அதேதான். அது மட்டுமல்ல கண்ணாடியைப் பார்த்தால் உங்களுக்கு முன்பு போல் தலைசுற்றல் ஏற்படாமல் இருக்க வேண்டும். மருத்துவமனையின் உணவு விடுதியிலேயே சாப்பிட நீங்கள் ஒப்புக்கொள்ள வேண்டும்".

"நான்தான் எதைக் கொடுத்தாலும் விழுங்கி விடுகிறேனே!"

"உங்களுக்குச் சாப்பிட எதுவும் தரவில்லையென்றால், நீங்கள் சாப்பிட மாட்டீர்கள். துணிப் பொம்மைமீது ரோஜா எறிவது மாதிரி!"

தன் பாதுகாப்பில் உள்ள நோயாளியின் பக்கமாக இப்போது மெல்ல நடந்து கொண்டிருந்தாள் அந்த இளம்பெண். நடக்க நடக்கத் தீவுகள் நிறைந்த கடல் அல்லது ஒளிரும் மலைகள் கண்ணுக்குத் தெரிந்தன.

தயங்கிய குரலில், "எனக்கு ஒரு விஷயம் தெரிய வேண்டும்" என்று செதெரீக் தொடங்கினான்.

“என்ன, சொல்லுங்கள்!”

“எனக்கு எதனுடன் உறவு உள்ளது? இந்தப் பூமியில் என் உடற்தோற்றம் எதனுடன் ஒத்துப்போகிறது?”

“ஓர் ஆணோடு” என்று நினைக்கிறேன்”.

“உங்களுக்குப் புரியவில்லை. சீக்கிரமாகத் திரும்பிப் போய்விடலாம். இந்த வெளிச்சம் என் மண்டையை ஊடுருவுகிறது”.

அடுத்தடுத்த நாட்களில், உடல்நிலை கொஞ்சம் தேறியிருப்பதாக உணர்ந்த செதெரீக் வெளியே செல்வதற்கும், திரியேஸ்த் நகரைச் சுற்றிப்பார்ப்பதற்கும், குளிப்பதற்கும் அனுமதி கேட்டான். எப்படியும் அவன் ஒரு சுதந்திரமான ஆள் இல்லையா? அவனுடைய விருப்பங்கள் அனைத்தையும் நிறைவேற்றுவதாக மருத்துவமனையின் இயக்குநர் அவனிடம் உறுதியளித்துள்ளார். ஆனால், கொஞ்சம் காலம் பொறுத்திருந்து தீவிரமான பல்வேறு பரிசோதனைகளின் முடிவில் அது நிறைவேறும் என்றார். மார்புக்கூட்டின் ஸ்கேன், அடிப்படையான அனிச்சைச் செயல்கள், கண் அசைவுகள் அதாவது, எல்லாம் சாதாரணமாக நடைபெறும் பரிசோதனைகள்தான். மேலும் ஒரு வாரத்திற்கு அந்தப் பூங்கா, நடைபாதை ஆகியவற்றோடு அவன் திருப்தி அடைய வேண்டியதுதான். ஆனால், பிடிவாதமாக ஒரே சிந்தனை அவனை வாட்டிக்கொண்டிருந்தது. தனக்கு விருப்பமானதைத் தெரிவு செய்யும் சுதந்திரம் அவனுக்கு இல்லையா? மூளை மண்டலம் பாதிக்காமல் இருக்கும்வரை உடலை மாற்றுவது என்பதில் அடையாளம் காணக்கூடிய எவ்வித மனநோய்க்கும் வாய்ப்பில்லை. அவனுடைய மூளையில் எவ்விதக் காயமும் ஏற்படவில்லை. கை, கால்களின் சூட்டை அது உணர்கிறது. சில நாட்கள், இரவு நேரத்தில் மட்டும் அவற்றின் இயக்கம் பாதிக்கப்பட்டு, உறக்கத்தின்போது ஏற்படும் குறுகியகால செயல் இழப்புகளின் அறிகுறிகள் தெரிகின்றன. அத்தகைய சந்தர்ப்பங்களைத் தவிர, தன் விருப்பத்திற்கு அவை அசைகின்றன. மேலும், அவனைப் பொறுத்தவரை, ஒரு விஷயம் புதிராகவே தோன்றுகிறது. நடன அரங்கில் உடன் ஆடுபவரை மாற்றுவதுபோல் உடல் அமைப்பை மாற்றிவிட முடியாது. உளவியல் ரீதியாக அவன் இன்னமும் இயல்புநிலைக்குத் திரும்பவில்லை. அவனுடைய உடல் நிலை, அறுவைச்சிகிச்சையுடன் தொடர்புடையதாகும். பெருமளவில் மருந்துகள் பயன்படுத்தப்பட்டாலும், மறுதலிப்பு எனும் அம்சம் எந்த நேரத்திலும் அவனை நிலைகுலையச் செய்யக்கூடிய சாத்தியம் உடையது. நோய் எதிர்ப்புச் சக்தியை மட்டுப்படுத்த அவனுக்கு அளிக்கப்படும் இத்தகைய சிகிச்சையின் காரணமாக லிம்ஃபோமா உள்ளிட்ட புற்று நோய்களை உண்டாக்கக்கூடிய பல அபாயங்கள் உள்ளன என்பதை அவன் அறிவான். மேலும், உடலுறவுக்கான உணர்வு எதுவும் அவனிடம் இப்போது இல்லை. ஆண்மை எழுச்சி நிரந்தரமாக அடங்கிவிட்டதாகத் தோன்றியது. குறிப்பாக, இனி ஒருபோதும் தன்னிச்சையாகச் செயல்பட முடியாது எனும் எண்ணம் அவன் மனதைத் தொடர்ந்து ஆட்கொண்டது.

பிறரின் தயவை நாடும் நிலையில் இருந்த அவன், தன்னிச்சையாகத் தன் எண்ணங்களையும் செயல்களையும் நிறைவேற்ற இயலாத நிலையில் உள்ளதை உணர்ந்தான். சிந்திக்கும் சுதந்திரம் என்பது வெறுமனே தர்க்க ரீதியிலான செயற்கைக்கூறாக இல்லாமல் உடல்சார்ந்த இயல்பாக இருக்க வேண்டும். மூளையில் இதற்கென ஒரு பகுதி இருந்தாலும், தானே சிந்தித்துச் செயல்படும் சக்தி என்பது ஹார்மோன் சுரப்பதில் விளைந்ததாக இருக்கும் அல்லது அதிகபட்சமாக, மூளையில் உள்ள சில நியூரான்களின் அப்போதைய கடத்தும் திறனின் காரணமாகக் கிடைக்கும். ஒரு சிறிய முடிவை எடுப்பதாக இருந்தாலும் ஒட்டுமொத்த உடலும் ஈடுபட்டாக வேண்டும். வெளியே செல்வது, அந்தக் காலம்போல் லோர்னாவுடன் எங்காவது போவது என்ற எண்ணம் பல்வேறு தோற்றங்களாக அவனுள் உருவெடுத்தன. அவள் பெயர் லோர்னாதானே? புதிரானதொரு அலைக்கழிப்பில், இந்தக் குழப்பமான எதிர்பார்ப்பு மட்டும் தன் உடல் மற்றும் ஆன்ம சுதந்திரத்தின் வழியாகத்தான் வந்திருக்க வேண்டும் எனும் முடிவுக்குவந்தான். அதாவது, அந்தரங்க உணர்வுகளிலிருந்து தான் இன்னும் துண்டிக்கப்படவில்லை என்பதையே அவனுக்கு ஏற்பட்ட இவ்வுணர்வு உறுதிசெய்தது.

19

இலையுதிர்காலத்தின்போது ஒருநாள் காலையில், ஜன்னல் திரையைத் தாண்டி மங்கிய வெளிச்சம் பரவ, ஏதோ ஒரு நினைவில், திடுக்கிட்டு விழித்துக்கொண்ட செதெரீக், தன் சாய்விருக்கையில் உட்கார்ந்தான். காதலித்த அந்தப் பெண்ணைப் பற்றிய கனவாக இருக்க வேண்டும்.. ஆனால், அவளுடைய பெயர் நினைவிற்கு வரவில்லை. ஒருவேளை அவர்கள் பிரிந்துவிடுவார்களோ? இத்தகைய சாத்தியக்கூறை நினைத்துப் பார்த்தபோது, அவளுடைய உருவ அமைப்பை நினைவிற்குக் கொண்டுவரச் சிரமப்பட்டபோதிலும் எல்லையற்ற சோகம் அவனை ஆட்கொண்டது. மேலும், உச்சி முதல் பாதம் வரை ஏற்படும் இழுப்புகளும் பிடிப்புகளும் அவனை வாட்டி எடுக்க, இந்தக் கட்டிலில் தன்னந்தனியாக என்னதான் செய்துகொண்டிருந்தான்? நிலைப்பேழை ஒன்றின் இழுவையில் இருந்த பல்வேறு புது உடைகளிடையே காணப்பட்ட பைஜாமாவின் தையல் தந்த ஒவ்வாமையின் காரணமாக முந்தைய நாள் இரவு வெற்றுடம்போடு உறங்க நேர்ந்ததை எண்ணியவாறு, போர்வையை இழுத்து மூடிக்கொண்டான். அந்த உடைகள் எங்கிருந்து வந்தன என்று ஒருநாளும் அவன் யோசித்துப்பார்த்தது இல்லை. அவனைப் பார்த்துக்கொள்ளும் பொறுப்பு, அவனுக்கு அளிக்கப்படும் சிகிச்சைகள், அவன் இதற்கு முன் இருந்த மருத்துவமனையில் அவனுக்கு அளிக்கப்பட்ட கவனிப்பு, இவை அனைத்திற்கும் நிச்சயமாக அதிகச் செலவாகியிருக்க வேண்டும். திருப்தியளிக்கக்கூடிய வகையில் அமைந்த வசதியான தன் அகண்ட அறையை ஒருவித பெருத்த அசௌகரியத்தோடு கவனித்தான். தானியங்கி மருத்துவக் கண்காணிப்பு கேமராக்கள் பொறுத்தப்பட்டிருந்தன. அதிலிருந்து வெளியேறும் ரகசியத் தரவுகள் பல்வேறு மருத்துவ அலுவலர்களின் முனையங்களுக்குச் சென்றடையும் என்பது தெரிந்ததுதான். இடது கோணத்தில் ஒரு ஜன்னலின் அருகில், அவனுடைய படுக்கைக்கு மேலே, இரண்டு மின்விளக்குகளுக்கு இடையில் என அவன் அந்தரங்கத்தை மிகவும் நெருக்கமாக அந்தக் கண்காணிப்புக்கருவிகள் நோட்டமிட்டபடி இருந்தன. "சீக்கிரத்தில் இதையெல்லாம் நீங்கள் கண்டுகொள்ள மாட்டீர்கள். நமக்குத் தொந்தரவு தராத தலையீடுகள் வெகு விரைவில் மறந்துபோகும்" என்று மருத்துவர் ஷொல்லர் அவனிடம் கூறினார்.

தன் முகவாய்க்கு அடியில் தொடரும் உடல் பரப்பை, கண்காணிப்பு கேமராக்களைப் பற்றிய கவலையில்லாமல், எவ்வித மனச் சஞ்சலமும் இல்லாமல் முதல் முறையாக செதெரீக் உற்றுப்பார்த்தான். தன் விருப்பத்தின்பேரில், கேட்டுப் பெற்ற கண்ணாடி ஒன்றில், முகத்தைக் கவனித்தான். தோற்றத்திலும் முகபாவனையிலும் ஏதோ மாறி இருந்தது. நீண்ட பயணத்திற்குப் பின் ஏதோ ஒரு தூர தேசத்தின் ஓட்டல் அறையில் மீண்டும் சந்தித்துக்கொள்வதைப் போல் தன் முகத்தை அடையாளம் கண்டு கொண்டான். இருந்தாலும், இந்த உடல் மட்டும் அவனுக்கு அடையாளம் தெரியவில்லை. மல ஜலம் கழிப்பது போன்று இதுநாள்வரை உண்மையில் அவன் கட்டுப்பாட்டில் இல்லாத தன் இயல்பான செயல்களைத் தவிர்த்து, வேறு எந்தத் தொடர்பும் அதனுடன் அவனுக்கு இல்லை. அவனால் மறக்க இயலாத இந்த மென்மையான கட்டுமானத்தை, தன் இருப்பை, யாரோ பயன்படுத்திக்கொள்வதைப் போல் இருந்தது. சாப்பிடுவதுகூட அவனுக்கு ஏதோ ஒரு சவால் போல் இருந்தது. ஆனால், இது வேறு ரகம். தான் உட்கொள்ளும் உணவுப்பொருட்கள் ஒரு பொந்திற்குள்போய் விழுந்து மறைவதற்கு முன் நீண்டநேரம் மென்றுகொண்டிருப்பான். ஆப்பிளோ அல்லது உருளைக்கிழங்கு மசியல் தட்டையோ, யாராவது இருவராகப் பங்கிட்டுக்கொள்வார்களா? இவன் என்ன, கண்டதையும் விழுங்கும் இந்த நபரின் ருசிபார்க்கும் கையாளா? சுவிட்சர்லாந்தின் மன நோய் மருத்துவருடன் நடந்த உரையாடல் ஒன்றை மீண்டும் நினைத்துப்பார்த்தான். அவரைச் சீண்டிப் பார்ப்பதற்கென, ஏன் தன்னை இணைக்கப்பட்டதோர் ஒட்டுறுப்பாக மற்றவர்கள் கருதக் கூடாது எனக் கேட்டான். இவனுடையது எனக் கூறத் தலை ஒன்றுதான் இருந்தது. தன்னுடைய மிருகத்தனமான வாழ்க்கையோடு பிணைந்த வேறு ஒருவரின் உடல், உயர்நிலையில் இருந்து ஆதிக்கம் செலுத்திக்கொண்டிருந்தது. “எல்லா மனித உயிருக்கும் தனித்துவமாக மண்டையோட்டிற்குள் இருப்பவை பிரக்ஞை, ஆளுமை மட்டுமே” என அவர் பதில் அளித்தார். எனினும், முக்கியமான உயிரோட்டம் என்பது இதயம் மற்றும் வயிற்று உறுப்புகள் வழியாகக் கடந்து மேலேறித் தலைமுடியின் முனைவரை செல்லும்.

தன் இடது கையைத் தொட்டுப்பார்த்தான். விரல்களை மடக்கி வயிற்றுப் பகுதிவரை வருடிக்கொண்டுசென்றான். பின்னர், தன் ஆண் உறுப்பையும் அதன் கீழ் உள்ள விதைப்பையையும் மெல்லத் தடவிக்கொடுத்தான். தொடைகள் பக்கமாகக் கொண்டுசென்று, கணுக்கால்களின் தசையை வருடினான். பின் மேலே கொண்டுவந்ததும் இம்முறை இரண்டு கைகளாலும் மார்புக்கூட்டின் தசைகளைத் தடவினான். மார்புப் பகுதியில் ஆங்காங்கே மச்சங்கள் நட்சத்திரக் கூட்டங்கள்போல் காணப்பட்டன. அவன் அறிந்திராத இடங்களில் ரோமங்கள் செம்பட்டை நிறமாகக் காணப்பட்டன. மேல் இடுப்புப் பகுதியில் ஒரு தழும்பு உள்ளிட்ட பல வடுக்கள் முன்னங்கையிலும், தொடையிலும், தொடைகளின் இடுக்கிலும் காணப்பட்டன. அவை நிச்சயமாகத் தடுப்பூசி போடப்பட்டதற்கான அடையாளங்களாகத்தான் இருக்கும். அவனுடைய உள்ளங்கையில் இருந்த ஆண் உறுப்பில் இப்போதும் எவ்வித அசைவும் இல்லை. என்றாவது ஒருநாள், வேறு ஒரு நபருடைய உறுப்போடு தன் மனைவியை விரும்ப

நேரும் என்பதை நினைத்துப் பார்க்க முடியாத அடுத்த நொடியே, அந்த உறுப்பு வீரியத்தன்மையற்று இருக்கக்கூடும் என்ற எண்ணம் அவனைக் கலக்கமடையச் செய்தது. தன் உறுப்புகளின் அளவுகளோடு ஒத்திருப்பதைப் போல் தோன்றினாலும், தன்னுடைய தலை வீற்றிருக்கும் உடல் கூடுதல் தசைகளும் வேகமும் பெற்று நல்ல திண்மையான உடற்கட்டைப் பெற்றிருந்தது. அப்பழுக்கற்ற உடல் வாகைப் பார்த்தால், இவனைக் காட்டிலும் சில ஆண்டுகள் இளையவனாக இருக்க வேண்டும். மேலும், அவசரச் சிகிச்சைப் பிரிவு வழியாகச் செயலிழந்த அங்கங்களுடைய யாரோ ஒருவரின் தலைக்கு வாரிசாக வருவதற்கு முன் நிச்சயமாக முழு உடல் தகுதியோடு இருந்திருக்க வேண்டும்.

விபத்து நடந்த நாளிலிருந்து முதல் முறையாக, செதொீக் சிரிக்கத் தொடங்கினான். ஆனால், உடனேயே, தன் வாழ்க்கையில் முன்பின் அறிந்திராத இந்த மார்புப் பகுதியில் உண்டான வலிப்பால் துடித்துப் போனான். சிரிப்பதற்கும் உடலின் பாகங்களை இயக்குவதற்கும் அவனுக்குப் பிரக்ஞை தேவைப்படுமா? தன் உள்ளத்தின் அசைவுகளுக்கு ஏற்றவாறு அனிச்சையான செயல்பாடுகள் நிகழ்வதைக் கண்டு பெரிதும் ஆச்சரியப்பட்டான்.

உடலின்தோல்பரப்பின் ஒவ்வொரு இடுக்கையும் உற்றுப் பார்க்கப் பார்க்க, முன்கையின் பின்புறம் நீல நிறத்தில் சிறிதாகப் பச்சை குத்தியிருந்தது தெரிந்தது. ஒன்றோடு ஒன்று சந்தித்த நிலையில் மூன்று வளையக்கோடுகள். மத்தியில் முகம் போன்ற வடிவம். இந்தக் குறியீடு அவனைக் கொஞ்சம் திடுக்கிட வைத்தது. அவனுக்குத் தெரியாமல் யாரோ அதைப் பதித்தது போல் இருந்தது. முற்றிலும் அன்னியமான இந்த உடல் அமைப்பு, தன் பழைய உடல் இருந்த இடத்தை ஆட்கொண்டது எனும் நினைவு எப்போதும்போல் அவனை அதிகம் வாட்டுவதை உணர்ந்தான். இவ்வுடல் என்றாவது ஒருநாள் தன்னுடையதாகும் எனும் நம்பிக்கை தகர்ந்துபோய் இருந்த நிலையில், செதொீக்குக்கு இந்தப் பச்சை குத்தப்பட்ட குறியீட்டின்மீது ஒருவிதப் பரிவு ஏற்பட்டது. இப்படிப் பச்சை குத்தக் காரணமான சபலம், படத்தேர்விற்கும், ஊசிகளின் சித்தரவதைகளைத் தாங்குவதற்கும் தேவையான சுய அபிமான இயல்பு ஆகியவற்றை யோசித்துப் பார்த்தான்.

தன் உடலின் தோல்பரப்பின் சின்னஞ்சிறு பகுதிகளைக் கண்டுபிடிக்கும் கருவியாகத் தன் கைகளை ஓரளவு முரட்டுத்தனமாகப் பயன்படுத்திய பின் திடீரென அந்தக் கருவிகளையே உற்றுப்பார்த்தான். உள்ளங்கைகளை விரித்து மீண்டும் வருடிப்பார்த்ததில் பல ஆண்டுகளுக்கு முன், அவற்றுக்கு இருந்த முட்டை வடிவம் போய் எலும்புகள் தெரிவதைப் போல் இருப்பதைக் கண்டான். மொத்தமாகவும் கடினமாகவும் இருக்கும் இவனது கையின் முட்டிகள் அவனுடையவை போல் இல்லை. அதிலிருந்த ஆயுள்ரேகை, நூறு வயது வாழ இருப்பவரின் ரேகைபோல் காணப்பட்டது. கைரேகை சாஸ்திரத்தை நம்புவதாக இருந்தால், இரண்டு கைகளிலும் ஒரே மாதிரியாகக் காட்சியளித்த தலைரேகை, நம்பிக்கையான மனம் கொண்டவர் என அறிவித்தது. விரல்களை மூடித் திறந்து பார்க்கையில் இடது கையின்

நடுவிரல், மோதிரவிரல் ஆகியவற்றில் ஒருவித விறைப்புத் தன்மை இருப்பதைக் கவனித்தான். வலதுகைக் கட்டைவிரலின் அடிப்பகுதியில் ஆழமான காயம் ஏற்பட்டதற்கான தழும்பு இருப்பதைக் கவனித்தான். நிறைய தையல்கள் போடப்பட்டிருக்க வேண்டும். கீழ்ப்பகுதியில், வெளிர் ரோஜா நிற வளையங்களோடு, ஆச்சரியப்படும் விதமாக வெளிறிப்போய் இருந்த நகங்களோ உப்பியிருந்தன. செவிலிப்பெண் ஒருவர் அவற்றை வெட்டிவிட்டுப் போகும் ஒவ்வொருமுறையும், மரணத்திற்குப் பின் நகங்களும் முடியும் தொடர்ந்து வளரும் என்பது நினைவிற்கு வந்தது. இறந்தவர்களுக்கென நகப்பராமரிப்பாளர்களும், கல்லறைகளுக்கென முடிதிருத்துபவர்களும் இருப்பார்களா? கழுத்துப் பகுதியில் லேசாகத் தடித்துத் தொங்கியபடி, தோலும் சதையுமாக உள்ள இந்தக் கூட்டில் முற்றிலும் அன்னியமான புதிய அங்கம் வீற்றிருக்கிறது. இதைச் சில நேரங்களில் தன் விரல்களால் மென்மையாக வருடிப்பார்ப்பான். அப்போது திசைமாறிப்போன இரண்டு வாழ்க்கையின் எல்லைக்கோடாக இந்தப் பெரிய தழும்பு மட்டும் தலைக்கும் உடலுக்கும் உரியதாக உள்ளது என நினைத்துப்பார்ப்பான். இந்த உறுப்பு மாற்றுச் சிகிச்சை நடந்த அதே வேளையில் தனக்குத் தானம் தந்தவரின் மூளை நீக்கப்பட்ட தலையை அகற்றி, சிதைந்த என் உடல்மீது ஏன் பொருத்தவில்லை? அப்படி மாற்று உறுப்புகள் பொருந்திய அசுர உருவமாவது தங்கள் முந்தைய வாழ்க்கைகளை இனங்கண்டுகொண்டிருக்கும்.

“சிஞ்ஞோரே செதெரீக்” செதெரீக் சார்! என உற்சாகமாகக் குரல் கொடுத்தபடி, ஏதோ ஒரு மருத்துவச் சேவை செய்வதற்கெனச் செவிலிப்பெண் அறைக்குள் வந்தாள்.

“இவ்வுடல் ஆடையில்லாமல் இருப்பது உங்களுக்கு அதிர்ச்சி அளிக்கிறதா?” ஏறக்குறைய தன்னிச்சையாகக் கேட்டுவிட்டான்.

“அட, இப்போது உங்களைப் பற்றிப் படர்க்கையில் பேசுகிறீர்களே!”

அவன் கையைச் செவிலிப்பெண் இறுக்கிக் கட்டியபோது, செதெரீக் மௌனமானான். சின்னஞ்சிறு குழந்தைகளும் அரசர்களும் வேறு நபருடைய இடத்தில் நின்று பேசுவதுபோல் தங்களைப் பற்றி அப்படித்தான் பேசுவார்கள் என நினைத்துக்கொண்டான். இத்தாலிய மொழியில், அது ஒருவகையான மரியாதைப் பன்மை. எனினும், ஏதோ ஒருவகையில் மூன்றாவது நபர் என ஒருவர் நிச்சயமாக இருந்தாக வேண்டும்.

20

பெரும் விபத்துக்குள்ளானவர்களுக்கான உயர் சிகிச்சை மையம் ஒன்றிலிருந்து தொடர் சிகிச்சை மற்றும் மீள் சிகிச்சைப் பிரிவிற்கு மாறும் இக்காலகட்டம் முக்கியமானது. புதிதாக ஓர் அறுவைச்சிகிச்சைக்கும் உடலில் உள்ள தற்காப்பு எதிர்மங்கள் திடீரென அதிகரிக்கும் அபாயத்திற்கும் இடையில் உறுப்பு மாற்றியதின் விளைவாக ஏற்பட்டுள்ள எதிர்பாராத தடைகளுக்கு ஆளாகிப் பிரச்சினைகளுக்குட்பட்ட அற்புத மனிதனான செதெரீக் பல மாதங்களைக் கடக்க வேண்டியிருந்தது. மனதளவில் நிர்கதியாக அடைக்கப்பட்டிருந்த தனது வினோத நிலை குறித்து எவ்வித குறிப்பிட்ட உணர்வுமின்றித் தோராயமாக ஆச்சரியப்பட்டான். அவனுக்கு உற்சாகமூட்டும் விதமாக, பாசம் பொழியும் வார்த்தைகளை அவ்வப்போது ஒரு பெண் குரல் வெகு தூரத்திலிருந்து தொலைபேசியில் உதிர்த்தது. ஆனால், அது யாருடையது என அவனால் இனங்காண முடியவில்லை. அப்படிப் பேசியது அவனுடன் பழகியவளாக இருக்குமா? ஒருகாலத்தில் தன்னைவிட்டு அவள் பிரிந்துசென்றுவிட்டது நினைவுக்கு வந்தது. அப்போது, ஒரு பெரிய பாய்மரக்கப்பல் அடர் நிறக் கடல் நீரைக் கிழித்துக்கொண்டு செல்லும் காட்சி பயங்கரமான வகையில் அவன் மனத்திரையில் தோன்றியது. மருத்துவர் செர்வீலின் மறைமுகத் தொடர் கண்காணிப்பிலும், அவன் உயிர் வாழும் ஒவ்வொரு நொடியும் விலை மதிப்பற்றதாகக் கருதும் மருத்துவர்களின் வெறித்தனமான கவனிப்பிலும் உள்ள செதெரீக், இறுதியில் படிப்படியாக அழிக்கப்படும் தன் மன உறுதி குறித்துச் சந்தேகப்படத் தொடங்கினான். இதன் காரணமாக, உயிர்வேதியியல் ரீதியாகத் தன்னைப் பேதலிக்கச் செய்யும் வாய்ப்புள்ள மருந்துகளை உட்கொள்ளாமல் ரகசியமாகத் தவிர்ப்பது என முடிவெடுத்தான். காரணம், ‘வசதியானவை’ எனக் கருதப்பட்ட மருந்துகளை அவன் விருப்பப்படிச் சாப்பிட அனுமதி தரப்பட்டிருந்தது. அவன் உடல்நிலையில் சற்று முன்னேற்றம் காணப்பட்டதாலேயே இம்முடிவு சாத்தியமானது என நினைத்தான். அதுவரை பொருளற்ற நிலையில் முற்றிலும் மூளைப் பகுதியுடன் தொடர்புடையதாக இருந்துவந்த நினைவாற்றலில் மெதுவாக முன்னேற்றம் ஏற்பட்டது. அதன்மூலம் கொஞ்சம் கொஞ்சமாக அவனுடைய தனித்தன்மை எனும் உணர்வு மீட்கப்பட்டது.

இத்தனை நரம்பு முனைகள் மற்றும் வயிற்று உறுப்புகளிலிருந்து மேலெழும் உணர்வு அலைகள்மீது உரிமை செலுத்துவதன்மூலம் தன்னைச் சுற்றியுள்ள வற்றைப் பற்றிய கவலையின்றி அன்னியமாகக் காட்சியளிக்கக் காரணமான தன்னிலை மறந்ததொரு கனவு நிலையில் இருந்தவனை அவனுடைய மனச்சாட்சி மீட்டெடுப்பதுபோல் இருந்தது. ஏதோ ஒருவிதச் செயற்கையான ஒடுக்கநிலையிலிருந்து மெதுவாக விடுபட்டு விடுதலைக்கான பாதை தெரிந்தது. அதாவது, புரிந்துகொள்ளும் தேவை, விடுதலை வேட்கை, தன்னைச் சுற்றியுள்ள சந்தேகத்துக்கிடமான நிர்ப்பந்தங்களிலிருந்து தப்பிக்கும் நோக்கம் இதில் அடக்கம். உணர்வுகள் மீண்டும் தன்வசமாகும்போது, உயர் நிலை தொடங்கி மருத்துவக் குழுவில் உள்ள அத்தனை நபர்களின் கட்டுப்பாட்டில் அடைபட்டிருக்கும் அபூர்வமானதொரு ஐந்து எனும் பரிசோதனை எலியாக மட்டுமே தன்னை உணர்வான். என்னதான் தனிக் கவனிப்புக்கு உரியவனாக இருந்தாலும், இப்படியான சிகிச்சை பெறும் நிலை எப்போது முடியப்போகிறது?

இப்படிப் பிரச்சினைகள் தெளிவாய்த் தெரியும் நிலை திரும்பியதுமே, தான் உயிர் பிழைக்கத் தேவையான கணிசமான பெருந்தொகையைச் செலவிட்டுள்ளனர் என்பதை விரைவில் புரிந்துகொண்டான். பரிசோதனைக்கூடத்து ‘மக்காக்’ வகைக் குரங்காகவோ பிண அறையிலிருந்து ரகசியமான பரிசோதனைக்காக அவசரமாக வெளியே எடுக்கப்பட்ட பிணமாகவோ இருந்தாலொழிய பெரும் தொகை கைமாறாமல் உடல் மாற்றம் செய்ய முடியாது. முதன்முறையாக அரங்கேறவிருக்கும் இந்த மாபெரும் காட்சிக்கென அவனைத் தெரிவுசெய்து முயன்றுபார்க்கிறார்கள். மாடத்தில் அறிவியலின் மேதாவிகள், கீழே பொது மக்கள்.

ஒரு ஜனவரிமாதக் காலை நேரத்தில், முதன்முறையாகத் தன் அடிவயிற்றில் லேசான அதிர்வுபோன்று ஒருவித வெப்பத்தை உணர்ந்தான். பண்பாடற்ற செயல் ஒன்றில் ஈடுபடும் தர்மசங்கடமான உணர்வோடு, தயங்கியபடியே தன் ஆண் உறுப்பு பெரிதாக இருப்பதை ஒரு விரலால் கண்டுபிடித்தான். விரைவில், அதன் எழுச்சி முழுமையடைந்தது. தூக்கில் தொங்கவிடப்பட்ட அல்லது கழுத்து நெரிக்கப்பட்டுச் சித்திரவதைக்குள்ளான உடல் ஒன்றில் இந்த நிலை மரணத்தின் வாயிலை உறுதி செய்யும் என்பது நினைவிற்கு வந்தது. இருப்பினும், ஏதோ அதை அடக்க முயல்வதுபோல், அந்த ஆணுறுப்பை நீண்ட நேரம் தடவிக்கொடுத்தான். ஓரளவு முழுமையானதொரு உறுப்பு மாற்றம் செய்யப்படாவிட்டாலும், சாதாரணமான மனிதன் ஒருவனிடம் உள்ள ஏறக்குறைய அடக்க முடியாத அளவு, தன்னிச்சையாகச் செயல்படும் உடல் உறுப்புதான் அது. தொடுகையில் அதிகரிக்கும் அதன் அளவு அவனைக் குழப்பத்தில் ஆழ்த்தியது. வில்போல் வளையும் அதன் வடிவம், மேன்மேலும் பெரிதாகும் இந்த வினோதப் பொருள் அவனைக் கடைசியில் வேதனையில் முனகச் செய்தது. தலை துண்டிக்கப்பட்டு, மிகவும் அதிருஷ்டசாலியான ஒருவருக்கு உடல் பொருத்தப்பட்டுவிட்ட மேற்படி நபரைப் பற்றி நினைத்தபோது, இவனுக்கு ஒரு வகையான எரிச்சல் ஏற்பட்டது. வழவழப்பான அழகான தசைகளையுடைய அந்த மனிதன், எது எப்படி இருந்தாலும் தனக்கே சொந்தமான தன் தலையற்ற

உடலுக்கு இத்தகைய நட்சத்திர மீன் அல்லது என்றும் வாழும் ஜெல்லி மீனை வைத்திருந்துள்ளான். நீர்வாழ் உயிரின் தயவில் நின்று இன்பத்தை அனுபவிக்கும் ஓர் ஒட்டுண்ணி வகையில் இவன் சேருவானா?

உடல் மாற்று அறுவைச்சிகிச்சையை ஒருவாறு ஏற்றுக்கொண்டு விட்டாலும் அறிமுகமில்லாத விருந்தினருடன் தன் அந்தரங்கத்தைப் பகிர்ந்துகொள்வதென்பது அவனைப் பொறுத்தவரை முற்றிலுமாக இயற்கைக்குப் புறம்பானதாகவும் மனதிற்கு அருவருப்பானதாகவும் தோன்றியது. இந்தக் கலப்பின எதார்த்தத்தை வைத்துக்கொண்டு அவன் என்ன செய்யப்போகிறான்? மேலும், அது இப்போது இரட்டிப்பாகிவிட்டது. காரணம், உடல் ரீதியாகவும் மன ரீதியாகவும் இரட்டைத் தன்மையை மறுக்க முடியாத அளவு அசுரத்தனமாக இணைந்து வாழ்வது போன்று உணர்கிறான். எழும்பி நிற்கும் இந்த ஆண் உறுப்பு, சிறுநீர்ப்பாதைக்கும் பிறப்பு உறுப்புக்கும் எவ்விதத்திலும் மாற்றாக அமையாத நிலையில், அதன் முந்தியப் பணிகளையே இயல்பாக செய்துவருகிறது என்றே சொல்ல வேண்டும். மார்புக்கூட்டிற்கு மத்தியில் உள்ள இந்த இதயம், மூளையின் இருபக்கங்களில் உள்ள நெற்றிப்பொட்டில் உள்ளதுக்கு மாறாக வேறு ஒரு தாளகதியில் அடித்துக்கொண்டிருந்தது. மிகவும் சோர்ந்திருந்த அகலமான இக்கைகள் அவனுக்குத் தெரியாத விருப்பங்களுக்குப் பழகிப்போய் இருக்கும். இக்கைகள் அணைத்திருக்கலாம், தடவியிருக்கலாம், ஏன் கொலை கூட செய்து இருக்கலாம். அந்த நபருடைய தலையுடன் சேர்த்துச் சேதமான தன் உடலை எரியூட்டியிருப்பார்கள் எனச் செதெரீக் நினைத்துப்பார்த்தான். அந்த இடத்திற்கு நாடுகடத்தப்பட்ட உணர்வும் ஏற்பட்டது. அவ்வுடல் உண்மையில் அனுபவித்திருக்கக்கூடிய வேதனையை நினைத்துச் சோகமானான். உயிர்பிழைக்க நேர்ந்தால் அந்த ஆவியின் சித்திரவதைகளை அவன் முடிவின்றி அனுபவித்தாக வேண்டுமோ?

தனக்காக நியமிக்கப்பட்ட அந்தக் குறும்புக்காரச் செவிலிப்பெண்ணின் துணையுடன் அவன் வெளியே செல்ல வேண்டும் என்பதைத் தொலைபேசி மணி அவனுக்கு நினைவூட்டியது. இரண்டாம் முறை வந்த அழைப்பிற்குப் பதில் கூறினான்.

“செதெரீக், நீதானே! செதெரீக்!” என யாரோ சொல்வது காதில் விழுந்தது.

“நான் திரும்பி வந்துவிட்டேன். என்னிடம் எதுவும் கேட்காதே. ஏமன் நாட்டில் கிடைத்த அனுபவத்திற்குப் பிறகு, நான் பார்த்து அனுபவித்த விஷயங்களுக்குப் பிறகு, இப்போது நான் விலகி நிற்க வேண்டும். என்னை எதுவும் காரணம் கேட்காதே. உன்னையே நினைத்துக்கொண்டிருக்கிறேன். தொடர்ந்து உன்னை நேசிக்கிறேன்.”

21

ஏறக்குறைய உலகம் முழுவதும் பரவலாக நிலவிவரும் உள்நாட்டுப் போர்ச்சூழல், கண்மூடித்தனமான தாக்குதல்கள், அதிகரிக்கும் காவல்துறைக் கண்காணிப்புகள் ஆகியவை ஐரோப்பியத் தலைநகர் எதையும் விட்டுவைக்கவில்லை. எனினும், கோடையின் தொடக்க நாட்களில் பாரீஸ் மீண்டும் இளைப்பாறிக்கொண்டிருந்ததுபோல் தோன்றியது. ஜூன் மாதம் இரண்டாம் வாரம்வரை நீடித்த வசந்தகாலக் கடும் மழை, சூரியனுக்கு வழிவிட்டு விலகிக்கொண்டது. சூரியன் இல்லாமல் வெளிச்சத்தைக் காண முடியுமா? விழித்தெழுந்த செதெரீக் எர்க், ஜன்னல்மீது அசையும் பிம்பங்களைப் பார்த்தபடியே நெர்வால் எழுதியதை நினைத்துப்பார்த்தான். “கனவின் ஒளி கதிரவனால் வருவதில்லை”. அவன் பாரீஸ் வந்தநாள் முதல், ரூய் துய் ரெகார் எனும் வீதியில் கனவுகளை அனுபவிக்கத் தொடங்கினான். ஒளிமயமான அக்கனவுகள், சூரியன் இல்லாததால் மட்டும் அல்ல, அது இல்லை என்ற பிரக்ஞையும் இல்லாதது அவனை அதிகமாக அச்சுறுத்தியது. மேலும், கனவின்போது பிரக்ஞையைப் பற்றிய கேள்வி எழுமா?

பழைய சுருள்களுக்கேயுரிய கரகரப்புத் தன்மையுடன், 6 மணி ஆனதைக் குறிக்கக் கட்டடத்திலுள்ள கடிகாரம் அடித்து ஓய்ந்தது. நிச்சயமாக அது மேல்மாடியில் இருந்திருக்க வேண்டும். தொடையில் ஏற்பட்ட வெப்பம், புறஉணர்வுகளில் புதிரான மாற்றம் உண்டாகி இருப்பதை அவனுக்கு நினைவூட்டியது. உண்மையில் தான் எனச் சொல்ல முடியாத ஒன்றுக்கும் போர்வைக்குள் இருக்கும் இந்தப் பெண்ணுக்கும் இடையில், கண்களுக்குப் பின்புறம், மூளையில் சுட்ட முடியாத புள்ளி ஒன்றில், கண் குழிகளின் ஆழம்வரை இனிமையானதொரு அனுபவம் பரவியது. லோர்னா தன் உஷ்ணமான கையால் மார்புத் தசையைத் தடவினாள். பின், விரல் நுனியால் மெதுவாக வயிற்றுப் பகுதித் தசைகளின்

பாதையை வருடிக்கொண்டே போய், தன் உள்ளங்கையைத் தொடை நடுவில் உள்ள பிளவில் இறக்கி, ஏற்கெனவே விறைப்புடன் இருந்த ஆணுறுப்பைப் பிடித்தாள். கண்மூடித்தனமாக அதை இழுத்தும் விடுவித்தும் சுயஇன்பம் அனுபவிக்கச் செய்தாள். அப்போது இதுவரை வெளிவராத காட்சிகளும் பழைய நினைவுகளும் வெளிப்பட்டன. லோர்னாவும் அவனும் அப்போதுதான் அறிமுகமாகியிருந்தார்கள். எப்படியாவது புலன்களின் எல்லையைக் கடந்தாக வேண்டும் என்பதுபோல் உடல் ஈர்ப்பின் காரணமாக மிகவும் முரட்டுத்தனமான உறவு தொடங்கிவிடுகிறது. தொடக்கத்தில், இப்படி ஒருவருக்கொருவர் சங்கடம் கலந்த நிர்க்கதியான நிலையில் தொட்டுக்கொண்டும் சேர்ந்துகொண்டும் இருந்த விதத்தையும், இன்று தனக்குள்ளும், தனக்கும் மாற்றானுக்கும் என வாழும் முறையையும் ஒப்பிடாமல் இருக்க செதெரீக்கால் இயலவில்லை. ஏறக்குறைய ஓர் ஆண்டுக்குப் பிறகு, இந்தப் புதிய உடலுடன் ஒத்துப்போவது என்பது உடலுறவு ரீதியில் ஒரு களவாகத் தோன்றுகிறது. ஒருவகையில் இது சங்கடமானதொரு அத்துமீறல், கிட்டத்தட்ட ஒரு கற்பழிப்பு என்று சொல்லலாம். மேலும், லோர்னாவிற்கு ஏற்படும் குதூகலம் இவனுடைய சங்கடத்தை அதிகரிக்கிறது. தன்னைக் காட்டிலும் அவள் இன்பம் காண்பதைப் பார்க்கும்போது உண்டாகும் பொறாமை உணர்வு இதற்கெல்லாம் சிகரமாக அமைகிறது. விரல்களால் அவனது இடுப்பை இறுக்கிப் பிடித்தபடி இந்த ஆண் உடம்பிற்குள் தன்னைத் துருத்திக்கொண்டு, அவன்மீது பார்வை செலுத்தாமலேயே சிணுங்குகிறாள். தான் இன்பம் துய்க்கும் அதே இடத்திலேயே அத்துமீறப்படுவதாகவும் ஏமாற்றப்படுவதாகவும் அவனுக்குத் தோன்றியது. எலும்புகளாலான குறுகலான வடிவம் ஒன்றின்மீது வீற்றிருக்கும் தலை மட்டுமே என இருக்கும் தன்னால் எவ்வாறு அந்நியன் ஒருவனுடன், விரும்பத்தக்க தன் சொந்த உடலை அடையாளப்படுத்திக்கொள்ள முடியும்?

“என் இஷ்டத்திற்குச் செயல்பட என்னை அனுமதிப்பது எனக்குப் பிடித்திருக்கிறது! ஆ! உன்னை அனுபவிக்கப்போவதுபோல் உணர்கிறேன்” என லோர்னா காதருகில் வந்து கிசுகிசுத்தாள்.

இப்போது, அவள் நெஞ்சின்மீது முகம் புதைத்தபடித் துவண்டு கிடந்தாள். மார்பின் இடது காம்பைச் சுற்றியிருந்த முடிகளை விளையாட்டாக அவளுடைய உதடுகள் கவ்வியபடி இருந்தன. எந்த நேரத்திலும், அவள் முத்தமிடவுமில்லை. அவனது முகத்தைத் தொடவுமில்லை. முறுக்கேறிய அவனுடைய உடலைத் துய்ப்பதிலேயே குறியாக இருந்தாள். ஒரு தலையை மட்டும் வைத்துக்கொண்டு என்ன செய்வது? மேலும், உடலுறவின் உச்சக்கட்டத்தின்போது, அவனுக்கே உண்டான உணர்வுகூட வெறுமனே துய்ப்பது போன்ற எண்ணமாக மட்டுமே இருக்க வேண்டும். மின் வளையங்களாக அவளைத் தழுவும் அவளது அற்புதமான கூந்தலில் மலைப்பாம்பு ஒன்றின் குளிர்ச்சி இருந்தது. லோர்னா கொஞ்சம் நிமிர்ந்தாள்.

முகம் மட்டும் தொடர்ந்து கீழே பார்த்தபடி இருந்தது.

“வேறு மாதிரியாக நாம் வாழ்ந்தாக வேண்டும் என்றாலும் நாம் மீண்டும் சந்தித்துக்கொண்டதில் எனக்கு எவ்வளவு சந்தோஷம் தெரியுமா! என்ன நான் சொல்வது சரியா?” எனத் தன் வழக்கமான குரலில் கேட்டாள்.

“நாம் பிரியப்போகிறோம் என்பது முன்னமே உறுதியாகி விட்டது”.

“நான் உன்னை இழக்கத் தயாராக இல்லை செதெரீக். நீ விரும்பினால் உன் வீட்டிலேயோ வேறு எங்காவதோ அவ்வப்போது நாம் சந்திக்கலாம்”.

வெளிச்சத்தில் அவனுடைய கழுத்தில் காணப்பட்ட தழும்பைப் பார்த்து ஈர்க்கப்பட்டவள் ஒரு கணம் மௌனமானாள்.

கண்களைத் திருப்பிக்கொண்டு, “நான் நன்றாக அனுபவித்தேன். உனக்கு எப்படிப் பிடித்திருந்ததா?”

அவளுடைய கேள்வியின் அபத்தம் குறித்து யோசித்துப்பார்த்தான்.

“ஆமாம். உடலுறவு சிதறிய சில்லுகளை ஒட்டவைக்கும். ஆணுறுப்பிலிருந்து மூளைக்கோ அல்லது தலைகீழாகவோ அது நிகழும். என்னை வெகுவாக நேசித்தாய், அதே நேரம் முன்பைவிடச் சற்றே குறைவாகவும், முன்பு எல்லாம் . . .”

“வெகுவாகவும் குறைவாகவுமா? என்ன சொல்ல வருகிறாய்?”

எவ்விதப் பதிலையும் எதிர்பாராமல், இக்கேள்வியை அவள் சாதாரணமாகக் கேட்டாள். உள்ளங்கையை முகவாய்க்கு முட்டுக்கொடுத்து அவளுடைய தலையை நிமிர்த்திக்கொண்டபோது, பருத்த மார்பகங்கள் ஒன்றோடு ஒன்று உருண்டுகொண்டன. இறுக்கமான தசைகளுடன் இருந்த முழங்கை மணிக்கட்டிலிருந்து நழுவும் தங்க நிற வளையங்கள் இரண்டும் மணியோசை எழுப்பின. தன் காதலனின் கையில் நீல நிறக் கோடு ஒன்றைப் பார்த்துத் திடுக்கிட்டாள்.

“பச்சை குத்தியுள்ளது!” எனக் கத்தினாள். “மூன்று வளையங்கள். இது செல்திக் குறியீடு. மூன்று கால்கள் என்பது சூரியனின் இயக்கத்தைக் குறிப்பதாகும். அல்லது, மூன்று உலகங்கள், அதாவது ஆன்மாக்கள், வாழ்பவர்கள், இறந்தவர்கள் இவர்களுடைய உலகம் . . .”

அவளிடம் பெரும் ஆர்வம் வெளிப்பட்டதைக் கவனித்தான். அதில் நேசம் அல்லது ஓரளவு காமம் எனும் உணர்வும் ஆச்சரியம் கலந்த ஒவ்வாமையும் இருந்ததைப் புரிந்துகொண்டான். தான் இப்படி ஆச்சரியப்பட நேர்ந்துவிட்டதால் சங்கடமடைந்த லோர்னா, தன்னையும் அறியாமல் அவனைப் பார்த்தாள். முன்போல் உண்மையில் அடையாளம் காண முடியாத இந்தத் தலையைப் பார்த்து நடுக்கம் ஏற்பட, உதடுகளைக் கடித்துக்கொண்டாள். குறைந்தபட்சம் அவனுடைய முகம் என்ற அளவிலாவது அவன் மாறிவிடவில்லை. காதோரத்தில் சில நரைத்த

முடிகள், கண்களில் தேங்கியுள்ள ஆழ்ந்த சோகம் இவை தவிர வேறெந்த மாற்றமும் அவனிடம் இல்லை. ஆனால், அவளுடைய விருப்பத்தைத் தூண்டும் இந்த உடல் முன்புபோல் முகத்துடன் ஒத்திசையவில்லை. அது அசைவதும் இயங்குவதும் வேறுவிதமாக உள்ளது. அதிலிருந்து வீசும் நெடி அவளது அடி வயிறுவரை சென்று தொந்தரவுக்குள்ளாக்குகிறது. மிகவும் அந்தரங்கமானதொரு நெருக்கத்தில், அந்நியன் ஒருவனைச் சங்கடத்தோடு விரும்ப முடியுமா? கொபானில், ஏவுகணைகளும் தானியங்கித் துப்பாக்கிகளும் கொண்ட ராணுவக்குழு ஒன்று இளம் கிளர்ச்சியாளன் ஒருவனைப் பொதுமக்கள் முன்னிலையில் தலை துண்டித்துக் கொன்றதை அவள் பார்த்திருக்கிறாள். ஜெர்மன் இதழ் ஒன்றில் பணியாற்றிய சக பத்திரிகையாளர் ஒருவருடன் விடுதியின் மேற்கூரையில் பதுங்கியிருந்து இக்காட்சியைக் கண்டிருக்கிறாள். தலை மட்டும் மண்மீது விழுந்து, ரத்தக்குவியலாகக் கிடந்தது. ஆனால், ஏதோ தன்மானம் எனும் அனிச்சை உணர்வினால் தசைகளை விறைப்பாக்கி மண்டியிட்டபடி இருந்த உடல் கொஞ்ச நேரம் சரிந்து விழாமல் தாக்குப்பிடித்தது. தன் கோடாரிக் கத்தியைச் சுத்தப்படுத்துவதில் கொலைத்திட்டத்தை அரங்கேற்றியவனின் உதவியாளன் மும்முரமாக இருந்தான். அவன் புழுதியும் ரத்தமும் தோய்ந்திருந்த தலையை அதன் முடியைப் பிடித்துத் தூக்கிக் குப்பைப்பை ஒன்றில் போட்டான். அதே நேரம், தலையிழந்த பிணத்தின் தோள்பட்டைகள் மட்டும் கொடூரமான முறையில் மண்டியிடுவதுபோல் தரையைத் தொட்டபடி இருந்தன. எங்குச் சென்றாலும், இக்காட்சி அவள் மனதைத் தொடர்ந்து தொல்லை தந்ததோடு நீண்ட நாட்கள், செதெரீக்கைக் காணாமல் தடுத்துவிட்டது. வன்முறைக் காட்சிகள் வாடிக்கையாகிப் போனதொரு பணியில், சில சந்தர்ப்பங்கள் பைத்தியம் பிடிக்கும் அளவு அமைந்துவிடக்கூடும். செதெரீக்கின் தலை ஒவ்வொரு இரவும், கனவின் ஒளி வெள்ளத்திலும் புழுதியிலும் உருண்டுவிடும். தண்டனை பெற்றவனின் உடல் மட்டும் கைகள் பிணைக்கப்பட்ட நிலையில், அதேபோன்று கொடூரமான முறையில் மெல்லத் துவண்டு விழும்.

பச்சை குத்தப்பட்ட பகுதிமீது வேடிக்கையாகத் தன் ஆள்காட்டி விரலை லோர்னா வைத்துத் தடவினாள்.

இப்படி அவள் தொடுவதை உணர்ந்ததும், செதெரீக் சற்றே சிரிக்க முயன்றான்.

"அயர்லாந்து நாட்டைச் சேர்ந்தவனாக இருக்கும் என நினைக்கிறாயா? மூன்று வளையங்கள் என்பது அயர்லாந்து நாட்டுப்புற நம்பிக்கை இல்லையா? செல்திக் யாழ்க்கருவியும் செல்திக் சிலுவையும்!"

தன் கையை வேகமாக விலக்கிக்கொண்ட லோர்னா, சட்டெனத் துள்ளி எழுந்து உட்கார்ந்தாள்.

"நேரமாகிவிட்டது. நான் ஒரு நிறுவனத்திற்குச் சென்றாக வேண்டும்."

சிதறிக்கிடந்த தன்னுடைய உடைகளைத் தேடும் முயற்சியில், அதிகாலை வெளிச்சத்தில் சுருண்டுபடுத்தாள். அடர்ந்த கருங்கூந்தலுக்குக் கீழ், அவளுடைய நெகிழ்ந்து கொடுக்கும் மார்புகளும் பிட்டங்களும் அசைந்தன. அவளுடைய நிர்வாணம், ஒரே பளிங்கினாலான அழகிய வீனஸ் சிலையைப் போல் அத்தனை ரம்மியமாக இருந்தது. கை, கால்கள் உட்பட அவளிடம் எதிலும் எந்தக் குறையுமில்லை. ஸ்னீதின் அஃப்ரோதித் சிலையில் உள்ளவை போன்று இருந்தன. நீண்ட தொடைகளின் மீது அசையும் பிட்டங்களோடு குளியலறை நோக்கி அவள் வேகமாகச் செல்வதை செதெரீக் பார்த்துக்கொண்டிருந்தான். அவள் மீதுள்ள விருப்பம் உடலுடன் எவ்விதப் பிணைப்புமின்றி, கண்களுக்கு எட்டாத ஆழத்திலிருந்து, எங்கிருந்தோ அவனை ஆட்கொண்டது. அவள் பார்வையை விட்டு மறையும்போது, மீண்டும் ஒருமுறை தான் இழந்த பகுதிகளில், ஒருவித ஆவியுணர்வை வலியோடு அனுபவித்தான். அதாவது, தன்னிடமிருந்து மூர்க்கமாகப் பிடுங்கி எறிவதைப் போன்று உணர்ந்தான். அசாதாரண அறுவைச்சிகிச்சையின் இத்தகைய பக்கவிளைவுகளைத், தன் பங்கிற்கு வேறு ஒன்றாக மாறும் அளவிற்கு தன் ஆன்மாவும் ஒரே நேரத்தில் அனுபவிக்குமோ?

தலைவலி மேலிட, மலையில் உள்ள ஏரிமீது குவியும் மேகக்கூட்டங்களின் காட்சி மனதில் குடியிருக்க, கனவின் ஆழ்ந்த பள்ளத்தாக்கில் அவன் உறங்கிக்கொண்டிருந்தான். அவனைக் கொன்றுவிடுவதாக மிரட்டல் வந்திருந்தது. பறவையின் மண்டைஓட்டு வடிவத்தில் வந்திருந்த ஏராளமான அனாமதேயக் கடிதங்களைச் சற்று முன்தான் பிரித்து, வேகமாக அவற்றை உள்ளங்கையால் கசக்கிக் குப்பைக்கூடையில் வீசியிருந்தான். பத்திரிகை அலுவலகத்திலிருந்து வெளியேறும்போது, சாக்கடை முனையிலிருந்து பல பறவைகள் கூட்டமாகப் பறந்தோடின. ஆனால், அவற்றை அவன் கண்டுகொள்ளவில்லை. இப்பறவைக்கூட்டத்தின் பயணத்தினிடையே அந்திப்பொழுது பரவியது. அன்றைய பொழுது குறித்துத் திருப்தியடையாதவனாய், பொது விடுமுறைக்கு முந்தைய நாளின் பரபரப்பில் இயங்கிய பரபரப்பான கும்பலில் கலந்துபோனான். யாரோ ஒருவன் காரணமேயில்லாமல் அவன் தோள்மீது மூர்க்கமாக இடித்துவிட்டுச் சென்றான். மூச்சடைக்க அதிர்ச்சியைத் தாங்கிக்கொண்டு பாதையைத் தொடர்ந்தான். இரவு உணவுக்காக அவனை எதிர்பார்த்து லோர்னா காத்திருப்பாள். இந்த எண்ணம் மட்டுமே அவனது மகிழ்ச்சியை நீடிக்கப் போதுமானதாக இருந்தது. ஒருசில அடிகளில், இதோ அவளுடைய வீட்டிற்கு முன் வந்துவிட்டான். மின்தூக்கியைத் தவிர்த்துவிட்டு, இருட்டில் மூழ்கியிருந்த படிக்கட்டுகளில் ஏறினான். காட்சி முடிந்து திரை விழும்போது தோன்றும் துன்பவியல் நாடக நடிகையைப் போல் தனித்துவமான அழகுடைய லோர்னா, இரவு உடையுடன் அவனை வரவேற்றாள். பயந்துபோய் இருந்த லோர்னாவின் முகத்தைப் பார்த்ததும், தன்னைக் குறித்த விளக்கம் தர வேண்டிய கட்டாயத்துக்கு அவன் ஆளானான். ஆனால், அவள் எதையும் கேட்கத் தயாராக இல்லை. கைகளை ஆட்டியபடி, சீக்கிரமே அலறத் தொடங்கினாள்.

தன்னை அவளுக்கு அடையாளம் தெரியவில்லை என்பது அவனுக்குத் திடீரெனப் புரிந்தது. “நான்தான். தெரிகிறதா. நான்தான் செதெரீக் எர்க்” என அவளுக்குப் புரியவைக்க முயன்றான். இந்த வார்த்தைகளை உச்சரித்தபோது, முகப்பு அறையில் இருந்த பெரிய கண்ணாடியில் தன் அன்னியமான முகத்தைப் பார்த்ததும், தன்னை இடித்துச்சென்ற நபரின் நினைவு வந்தது. அவள் முன் உள்ளது உண்மையில் அவன்தான் என்று எப்படி லோர்னாவை நம்பவைக்க முடியும். ஒரு களேபரத்தில் தன் தோற்றம் மட்டும் அவனிடமிருந்து களவாடப்பட்டுவிட்டது என்பதை எப்படி அவளுக்குப் புரியவைப்பான்? ஆயிரக்கணக்கான பறவைகளின் கூச்சலைவிடச் சத்தமாக இருந்த அவளுடைய அலறலைக் கண்டு பயந்த அவன், தன்னிடமிருந்து உருவத்தைத் திருடிச் சென்றவனைப் பிடித்துவிடுவதாக உறுதியளித்துவிட்டு திரும்பிவரும் நம்பிக்கை எதுவுமின்றி வெளியேறி இருட்டான படிக்கட்டுக் கூண்டிற்குள் சென்று மறைந்தான். அங்கிருந்த படிக்கட்டு ஒவ்வொன்றும் அளவிலும் இயல்பிலும் திமிங்கலத்தின் முதுகெலும்பு போல் இருந்தன.

22

வசந்தகாலத்தின்போது, மரக்கிளைகளின் வழியே ஒளிக்கீற்றுகள் அசைகையில், லக்ஸான்பர்க் தோட்டம் மிகவும் குதூகலமான நினைவுகளை அசைபோட வைக்கும். சில நாட்களாகவே தனக்கு வரும் முந்தைய நினைவுகள் வழியாக, மீண்டும் வாழத் தொடங்குவது போன்று உணர்ந்தான். சிறு வயதின் கரடுமுரடான உணர்வுகள் தொடர்ந்து எழும்பியவண்ணம் இருந்தன. பெரும் துன்பங்களுக்கிடையே அவை சிதையாமல் இருந்து புதியதொரு தோற்றத்துடன் உயிர்த்தன. அனைத்தையும் உயிர்ப்பித்தன. கடந்த சில வாரங்களாக, பிரான்ஸ், இத்தாலி மற்றும் இதர மருத்துவ நிபுணர்கள் அடங்கிய பரிவாரத்தின் உதவியோடு அவனிடம் பல்வேறு வகையான ஆய்வுகள் மேற்கொள்ளப்பட்டன. உளவியல்நுட்ப ஆய்வுகள், நரம்பியல் சார் உளவியல் ஆய்வுகள், உயிரியல் ஆய்வுகள் நடந்தன. அவன் உடலைப் பொறுத்தவரை கணக்கிலடங்காத அபாயக்கூறுகள் இருந்தன. பல மாதங்களாக மேற்கொள்ளப்பட்ட பிசியோதெரப்பி, சிகிச்சைக்குப் பின் எடுத்த ஓய்வு ஆகியவற்றுக்குப் பின்னரும் தொற்றுகள் அண்டாத பாதுகாக்கப்பட்டத் தனிப்பிரிவின் கவனிப்பில் இருக்க வேண்டும் என விதிக்கப்பட்டிருந்த கட்டுப்பாட்டிலிருந்து அவன் விடுபட முடிந்தது. அதற்கான முயற்சிகளை மேற்கொண்ட லோர்னாவுக்குதான் அவன் பெரிதும் கடன்பட்டுள்ளான். நல்லதொரு புலனாய்வுப் பத்திரிகையாளர் எனும் முறையில் சர்வதேச ஒப்பந்தத்தில் உள்ள சிவில் மற்றும் அரசியல் சட்ட விதிகளை மேற்கோள் காட்டி, அவனைச் சிறையில் வைத்திருந்தவர்களுக்கு எதிராக வாதாடி, அவனுக்கு விடுதலை பெற்றுத்தந்தாள். அவனிடம் எவ்வித மனப்பிறழ்ச்சியும் காணப்படவில்லை. போதைப் பொருட்களுக்கு அடிமையோ, குடிகாரனோ, ஊர்சுற்றும் நாடோடியோ இல்லை. தொற்று நோயை உண்டாக்கக்கூடிய அபாயம் உள்ளவனாகவும் இல்லை. அப்படி இருக்கையில், அவனது ஒப்புதலின்றி மருத்துவமனையில் இருக்கச்செய்வது எவ்விதத்திலும் சட்டப்படி ஏற்புடையதல்ல. எச்சரிக்கைகள், அச்சுறுத்தல்களை அவள் எதிர்கொண்டாள். எனினும், நீதிமன்றத்தை நாட வேண்டிய அவசியம் ஏற்படவில்லை.

ரூய் தெ ரெகார் எனும் தெருவில் உள்ள தன் குடியிருப்பையும் அதில் உள்ள நூலகம், தான் அணிந்த பழைய உடைகள் ஆகியவற்றையும் மீண்டும் கண்டபோது, மதிப்புமிக்க தன் சுயத்தின் மதிப்புமிக்கதொரு பகுதியைக் கண்டுவிட்டதைப்போல் ஒருவித சோகம் கலந்த மகிழ்ச்சி உண்டானது. காலணிகள் வைக்கப்பட்டிருந்த அலமாரியைப் பார்த்தபோது பெரும் அதிர்ச்சி ஏற்பட்டது. அவனுடைய கால் அளவுக்குப் பொருத்தமானதாக அவை இப்போது இல்லை. அண்மையில் ஏற்பட்ட சில பழக்கவழக்கங்கள் கொஞ்சம் கொஞ்சமாக ஓரளவு அவனுக்கு அமைதியை வழங்கின. எனினும், குளியலறை நிலைக் கண்ணாடியோ அவன் எத்தகைய மருத்துவப் பேயுருவாக மாறியிருந்தான் என்பதை நினைவூட்டத் தவறவில்லை. ஆனால், அவன் வாழ்வதே ஓர் அற்புத நிகழ்வுதான். லக்ஸான்பர்க் தோட்டத்தில், முற்பகல் முடியும் இந்த ஏகாந்தமான வேளையில், ஓரளவு தன்னியக்கத்தோடு இருந்த அவன் அனுபவிக்கும் இந்த மீள்வாழ்க்கையானது கடலில் கலக்கும் நதியின் முகட்டில் தோன்றும் விடியலைப் போல் இருந்தது. இப்போது அவனுக்கு நேரக்கூடிய எதுவும், ஏற்கெனவே அனுபவித்த சோகத்தை எப்படியும் விஞ்சப்போவதில்லை. கிறங்க வைக்க வேண்டும் எனும் விருப்பத்தில் தொடங்கி, சாதாரண ஆசைகள், கருத்துகள், எதிர்பார்ப்புகள் என இத்தகைய சராசரி மாயைகளை அவன் கைவிட்டால் என்ன? இக்கணத்தில் பரவும் இனிமையான வெளிச்சமும், செடி கொடிகள்மீதும், சிரித்தபடி நடந்துசெல்லும் மாணவிகளின் முகங்களின் மீதும் சூரியன் நிகழ்த்தும் கண்ணாமூச்சி விளையாட்டும் அவனுடைய உடல்நலத்திற்குப் போதுமானவையாக இருந்தன. தன் உடலை இழந்ததன் காரணமாக உணர்வுசார் பிடிமானங்கள், உறவுசார் பழக்கங்கள் என எல்லாவற்றையும் இழந்துவிட்டான். எனினும், சுதந்திரமாகச் செயல்படவும் எல்லாவற்றுக்கும் முற்றுப்புள்ளி வைக்கவுமான ஆற்றல் மட்டும் அவனிடம் எஞ்சியிருந்தது. அறுவைச்சிகிச்சை காரணமாக உடனடி மரணம் ஏற்படாது எனும் உத்தரவாதம் இருந்தால், குறைந்தபட்சம் தற்கொலை செய்துகொள்வதற்குப் போதுமான இயக்கத்தையாவது அது அளிக்கும் என்று நினைத்து, பாதி பிரக்ஞையில் உறுப்பு மாற்ற சிகிச்சைக்கு ஒப்புதல் அளித்தது நினைவிற்கு வந்தது. வாழ வேண்டும் எனும் விருப்பம் பிடுங்கியெடுக்கும் சீலைப்பேனைப் போன்றது. ஒவ்வொரு நாளமாகச் சரிசெய்தும் இன்னமும் நரம்புப் பாதையின் சீரமைப்பு முழுமையாக முடியவில்லை. எனினும், இந்தச் சிகிச்சை சில மாதங்களில் அவனுக்கு வெளிஇடங்களில் நடமாடும் சக்தியை மீட்டுத்தந்தது. சிலைகள், மரங்கள் ஆகியவற்றுக்கிடையில் உதவிக்கெனக் கருவிகள் எதுவும் இல்லாமல் சென்றுவரும் அளவுக்கு முன்னேற்றம் ஏற்பட்டது. உண்மையாகப் பார்த்தால், அவன் லேசாக நொண்டியபடிதான் நடந்தான். உடலின் சில இடங்களில் அவனுக்கு ஏற்பட்ட விறைப்புத்தன்மையும், புது வழக்கங்களும் சரியாக இயக்கப்படாத கைப்பாவை போன்ற தோற்றத்தை அவனுக்குத் தந்தன. சாதாரண ஜலதோஷம் பிடித்தால்கூட மரணம் நேரலாம் எனும் அளவு விடுக்கப்பட்ட எச்சரிக்கைகள் காரணமாக அவனுக்கு மக்களோடு கலக்கவும் பொதுமக்கள் பயணிக்கும் போக்குவரத்து வாகனங்களைப் பயன்படுத்தவும் தடைவிதிக்கப்பட்டிருந்தது. எனினும், வெளியே சென்று உலவும்போது மீள்வாழ்க்கை பெற்றதைப் போல் உணர்ந்தான். ஒரே

நேரத்தில் தான் இருப்பதாகவும், தன் சுயத்தை இழந்திருப்பதாகவும் உள்ள இக்கொடுமையான நிலையையும் தன் அந்தரங்கமான இயலாமையையும் மறக்க விரும்பினான். எல்லாவற்றுக்கும் மேலாக, மருத்துவர் எமில் ஷொலெரின் மருத்துவமனையில் அவர்களது உடந்தையுடன் அவன் தப்பித்த அந்த நாள் முதல், இரவும் பகலுமாக அவனை வதைத்துவரும் முகமற்ற இந்த ரகசிய கேள்வியையும் மறக்க வேண்டும் என நினைத்தான். அவன் வாசம் செய்யும் இவ்வுடல் ஏற்கெனவே மரபியல் அடையாளம் மற்றும் சமூக அடையாளம் கொண்டதாகும். சில நேரங்களில் அவனுடைய மூளையின் அடித்தளத்திலிருந்து சில அனாமதேயக் குரல்கள் வந்து முணுமுணுத்துச் சென்றன. அக்குரல்கள் உறுப்புகளின் ஆழத்திலிருந்து எழும்பி வந்தன. யாரும் கண்டுகொள்ளாத கடலோரப் பாறைகளின் அருகே கடற்கன்னிகள் இசைக்கும் ரம்மியமான பாடல்போல் இருந்தது. தனக்குப் பொறுத்தப்பட்ட உடலின் போக்குகளுக்கு விரைவில் தன்னை ஒப்படைத்து, கீழ்ப்படியாத இவ்வுடல் அவனிடம் எழுப்பும் 'யார் நான்?' எனும் கனத்த கேள்விக்கு விடை தெரியாமல் இருப்பதுபோல் உணர்ந்தான். இக்கேள்வி, இதயத்துடிப்பின் தாள ஜதிக்கேற்ப உள்ளுறுப்புகளின் சுவர்களில் எதிரொலித்தது. தன் ரத்த நாளங்கள் இதயத்தின் ஜதிக்கேற்பத் துடிப்பதும் புரிந்தது. ஆனால், வெளியில் வந்த மறுகணமே இவையெல்லாம் மாறிவிடுகின்றன. சிலைகள், மரங்கள் ஆகியவற்றிடையே கால்போன போக்கில் நடந்துசெல்லும்போது, தன் தசைச்சிறையையும் இத்தகைய அசாதாரணமான உடற்குறையின் தடைகள் அனைத்தையும் மறந்துபோகிறான்.

ஊடகத் துரத்தல்கள், சிகிச்சைசார் நிர்பந்தங்களைக் கடந்த பின் கிடைத்துள்ள இத்தனிமை, முரண்பாடான வகையில் பல பாதைகளை அவனுக்குத் திறந்துவிட்டுள்ளன. எங்குச் சென்றாலும் அவனைப் பின்தொடர ஒருவர் இருந்தாலும், கைக்குட்டைகளாலான மரம் அல்லது சிவப்பு நிற பவியா மர நிழலில் இருப்பதுபோன்ற கனவு என இனி அவனைச் சுற்றி நடக்கும் அத்தனை அசைவுகளையும் கவனித்தான். எண்கோணக் குளத்தில் செல்லும் சிறுவர் ஓடம், மூலிகைப்புதரின் பின்புறம் மறைந்தபடி இவனைக் கவனிக்கும் பொறுப்பில் உள்ள மெய்க்காவலர் ஒருவரின் உருவம் என எதுவாக இருந்தாலும் இவனது கவனத்திலிருந்து தப்ப முடியாது. அவனிடம் இதுவரை அறிந்திராததொரு மூளைச் செயல்பாடு உருவாகிவிட்டது. தீவிரமானப் புலனுணர்வுபோன்ற நிலை. அவனுடைய மனநிலையில் ஏற்படக்கூடிய திடீர் மாற்றங்கள் குறித்து நரம்பியல் வல்லுநர்கள் அவனை எச்சரித்திருந்தனர். உறுப்பு மாற்று அறுவைச்சிகிச்சையின் காரணமாக ஏற்பட்ட அதிர்ச்சி ஒருபுறமிருக்க, அவனுடைய மூளை அமைப்பு, உண்மையில் நினைவுத்திறன், அங்க அனிச்சைச்செயல் கொண்ட வேறொரு அமைப்போடு இணைக்கப்பட்டிருந்தது. அதில் பல்வேறு சக்திகள் அடங்கியிருந்தன. மாற்றியமைக்க சாத்தியமில்லாத நரம்பியல் புறஅமைப்பு எனக் கொள்ளலாம். மேலும், செரிமான உறுப்புகளுக்குப் பொறுப்பான இந்த இரண்டாம் மூளையின் தாக்கம் எப்படி இருக்கும் என்று இன்னும் கண்டுபிடிக்கப்படவில்லை. செதெரீக் அனுபவிக்க நேர்ந்ததெல்லாம் தற்செயலாக அமைந்த ஆற்றல், தன்னிச்சையாகச்

செயல்படும் இரண்டு தொடர்களிடையே உருவாகக்கூடிய நீடித்ததோர் ஒருங்கியக்கம் மட்டுமே. நிச்சயமற்றதொரு தொடர்பு.

பேயுறுப்பாகிவிட்ட தன் உடலின் தோள்களைத் தன்னை அறியாமல் முதுகுத்தண்டின் முயற்சி எதுவுமின்றி, செதெரீக் உயர்த்தினான். வால்வீச்சைப் போன்ற சீழ்க்கை ஒலியுடன் புறாக்கூட்டம் அவன் காலடி அருகே குவிந்தன. தன் குழந்தைகளைச் சமாளித்துச் சோர்ந்துபோயிருந்த ஒரு பெண், மிகுந்த ஆர்வத்தோடு அவனைக் கவனித்துக்கொண்டிருந்தாள். தோற்றம் மாறியிருந்தாலும், பரபரப்புக்குப் பேர்போன பத்திரிகையில் காணப்பட்ட வெட்டுண்ட தலையைக் கொண்ட இந்த நபரை அவளுக்கு அடையாளம் தெரிகிறதா? எண்கோண வடிவிலிருந்த குளத்தைச் சுற்றி செதெரீக் நொண்டியபடி நடந்துவந்தான். அங்கு வண்ணமிகு முகப்புடைய சிறிய ஓடங்கள் மிதந்துகொண்டிருந்தன. முதலுதவிக்குத் தேவையான பொருட்கள் அடங்கிய பையுடன், போதுமான தூரத்திலிருந்து அவனுடைய சிகிச்சையை ஒருங்கிணைக்கும் செவிலி பின்தொடர்ந்து வந்தாள். அடுத்த நாள் என்பது உத்தரவாதமில்லாதபோதிலும், இப்படி எல்லோரும் தன்னை மடியிலே கட்டிக்கொண்டு கண்காணிக்கும் நிலையிலும், விலை உயர்ந்த பரிசோதனை எலி அல்லது மருத்துவச் சாட்சியாக அல்லாது வேறு ஒரு வாழ்க்கையைக் கற்பனை செய்து பார்ப்பதைத் தடுக்க இயலவில்லை. உலகம் முழுவதிலுமிருந்து படையெடுத்துவரும் பேட்டியாளர்கள், ஓரளவு வினோதமான கடத்தல் மிரட்டல்கள், பல்வேறு வேடிக்கையானவர்களின் நச்சரிப்புகள், கேளிக்கை விடுதி அல்லது பதிப்பாளர்கள் விரிக்கும் ஆசைவலைகளை அவனால் சமாளிக்க முடியவில்லை. இதன் காரணமாகப் பாதுகாப்புப் பிரிவின் தற்காலிகக்குழு மேற்கொண்டிருந்த கண்காணிப்பு ஒருபுறம். தற்சமயம், பாரீசில் இருந்த அவனுடைய குடியிருப்பில் யாருக்கும் தெரியாமல் வசிக்கிறான். இந்தப் பரபரப்பான நிகழ்வுகள் குறித்த தகவல், அவன் இன்னமும் தங்கி இருப்பதாகக் கருதப்படும் ஜெனீவாவில் உள்ள அறுவைச்சிகிச்சைக்குப் பிந்தைய மருத்துவச் சேவையை அளிக்கும் ருயிட் மில்லரின் மருத்துவமனையில் இருந்தும் டுயரேனிலிருந்தும் தரப்பட்டதாகும். அருகில் வசிப்பவர்களின் ஆர்வத்தைத் தூண்டாத வகையில் இரவல் அடையாளத்துக்குள் அவன் புகுந்துகொண்டான். நீல் ஆம்ஸ்டிராங் அல்லது யூரி ககாரின் அளவுக்கு செதெரீக் அலீன் வெபெர்மன் பிரபலமாக முடிந்த அதே நேரம், பத்திரிகையில் தொடர் கட்டுரை எழுதும் செதெரீக் எர்க் பெயர் மறக்கப்பட்டு வெகு நாட்கள் கடந்துவிட்டன. இந்த முகமூடியுடன் தந்தையின் கண்காணிப்பிலிருந்து தப்பித்ததாக உணரும் அவன் எப்படியும் உலகின் கண்களுக்குத் தெரியாமல் வாழ முடியும். தப்பியோட முயன்றால், சவூதி அரண்மனை அரசியின் கிரீடத்தில் உள்ள நீலக்கல் திருடன்போல், எங்குச் சென்றாலும் துரத்தப்படுவான் என்பது அவனுக்கு நன்றாகத் தெரியும். ஆனால், வாழ்க்கையை மாற்றிக்கொள்வதல்ல அவனுடைய நோக்கம். இன்னும் ஒரு வருடத்திற்குமேல் தாக்குப்பிடிக்க முடியும் எனஅவன் எதிர்பார்க்கவில்லை. எனினும், தன் மனதினை பாதிக்கும் எண்ண ஓட்டங்கள், தற்சமயம் சார்ந்திருக்க வேண்டிய உணர்வுகள் ஆகியவை எங்கிருந்து உருவாகின்றன என்பதைத் தெரிந்துகொள்ள ஆவலாக இருந்தான். தாங்கிக்கொள்ள

முடியாத அசௌளரியம் அவனை ஆட்கொண்டுள்ளது. ஓரினச்சேர்க்கை தொடர்புடைய சுய ஆராதனைக்கு முனையும் நுட்பமானதொரு கட்டமாக இதற்குச் சில மனநல மருத்துவர்கள் விளக்கமளிக்க விரும்புவார்கள். என்ன ஓர் ஏமாற்று வேலை! அவனுடைய வெறுமையை நினைக்கையில் வருத்தமாகவும், மிகவும் அவமானமாகவும் உணர்ந்தான். "நீ நிர்வாணமாக இருப்பதாக உனக்கு யார் சொன்னது?" என்று ஆதாமிடம் அவனைப் படைத்தவர் கேட்டிருக்கிறார். விபத்திற்கு முன்பாகத் தன் உடலின் முழுமை பற்றிக் கேள்வி எழாத அந்த நேரத்தில் அவனுடைய நிர்வாணம் அவனுக்கே சொந்தமானதாக இருந்தது. அதைப் பற்றிய எண்ணம் எதுவும் இல்லாமல் அவனுக்கேயான இயல்பான உணர்வுபோல் அது இருந்தது. "எப்போது மனம் உடலை அவமதித்து, அதைக் கண்டு அச்சமும் கொள்கிறதோ அதே போல் உடலும் மனதை வெறுத்து அதை எதிர்த்து நிற்கிறதோ அப்போதுதான் ஆபாசம் என்பது தோன்றுகிறது". ஆங்கிலப் புதினம் ஒன்றில் வாசித்த இந்த வரிகள் அவன் நினைவிற்கு வந்தது. புரையோடிப்போன இந்த ஆபாசத்தை இவை அனைத்தும் நினைவூட்டின. எனவே, வேறு பல காரணங்கள் இருந்தபோதிலும், இதன் காரணமாகவும் இரண்டாகப் பிரிந்திருக்கும் இவனது வாழ்க்கை பற்றிய அனைத்து விஷயங்களையும் அறிந்துகொள்ள விரும்பினான். இதன் மூலம், தன் அந்தரங்கத்துக்கு நேர்ந்துள்ள பாதிப்பின் உண்மை நிலையை அறிய முடியும் என நினைத்தான். தனக்கு அளிக்கப்படாத சில சலுகைகளை லோர்னா, அவளாகவே எடுத்துக்கொண்டு தனக்கேயுரிய மிருகத்தனமான துய்ப்பில் ஈடுபட்டாள். அதுபோன்ற சமயத்தில், அவனை வெறுமனே ஒரு பார்வையாளன் எனும் நிர்க்கதியான நிலைக்குத் தள்ளிவிடுவாள். தண்டனை பெற்ற ஜெர்மனியின் பிரபலக் கொலையாளியான யூஜேன் வெய்ட்மேன், கில்லட்டினால் தலை வெட்டுண்டு கிடந்த காட்சி அந்த நேரத்தில் அவன் நினைவிற்கு ஏன் வர வேண்டும்? அவனது ரத்தத்தில் தங்கள் கைக்குட்டைகளை நனைக்க, சில பெண்கள் ஓடிய காட்சி அவனது மனத்திரையில் ஓடியது. ஏதோ ஒரு தீவிர சக்தி கட்டுக்கடங்காமல் அவனுள் ஆழமாகப் பதிந்து அவனுடைய பகுத்தறிவை மறைத்தது. வேரூன்றிப் போயிருந்தால் தற்கொலைக்கோ அல்லது கொலைக்கோ தூண்டக்கூடிய இத்தகைய தீவிரமான உணர்வுகளை இதுவரை அவன் அனுபவித்ததில்லை. எனினும், பொறாமைச்சீற்றம், தன்னையே சிதைத்துக்கொள்ளும் மனநிலைப் பிறழ்வு, பெற்றோரைக் கொல்லும் வெறி அவ்வப்போது எட்டிப்பார்க்கும். தன்னுடைய உணர்வின் சக்தி முழுவதையும் கொண்டு தடுக்க முயன்றாலும், இயல்பான உடலமைப்பைக் கொண்டவனிடம் உள்ள வரம்பை இவை மீறப்பார்த்தன. ஆகவே, தனக்கு உதிக்கும் குறைந்தபட்ச எண்ணங்கள், விருப்பங்கள், நினைவுகள் ஆகியவற்றின் பிம்பம் சிதைவதற்கான காரணத்தை எப்படியாவது புரிந்துகொள்வது என முடிவெடுத்தான். இதன் காரணமாக, சில நாட்களின் குறிப்பிட்ட நேரத்தில் கடலில் அல்லது மீன் தொட்டியில் நிகழும் புதிரான வர்ணஜாலங்களைக் கவனித்துக்கொண்டிருந்தான்.

செனட் எனும் மேலவையின் மன்றத்தின் கடிகாரம் மாலை 6 மணி என்பதை அறிவித்தது. ஓரான்ஜெரி வாயிலை நோக்கி செதெரீக் நடந்தான்.

சாதாரண உடையில் உள்ள ரகசியப்பிரிவைச் சார்ந்த செவிலியருடன் எந்த உடலுக்கு என அறியாத பாதுகாவலர்கள் இருந்தனர். இவர்கள் அனைவரும் ஃபிலெரூய்ஸ் தெருவில் ஒன்றுசேர்ந்தனர். அவர்கள் அருகில் அப்போது பெரிய கருப்புநிறக் கார் ஒன்று வந்து நின்றது. ரெகார் வீதியில் அவனுக்காக யாரும் காத்திருக்கவில்லை. தனக்கு நெருக்கமான லோர்னா உட்பட யாரிடமும் அவன் எதையும் சொல்லாமல் பார்த்துக்கொண்டான். அவனுடைய தொலைபேசி ஒருவேளை ஒட்டுக்கேட்கப்பட்டிருக்கலாம். அவன் பெட்டியில், அவசரத்தில் நிரப்பப்பட்ட சில உடைகளின் அடியில், ஆன்டிபயாட்டிக், தூக்க மாத்திரைகள் என மருந்துகள், அவனுடைய உறுப்பு மாற்று அறுவைச்சிகிச்சையை ஒட்டிய நோய் எதிர்ப்புச் சக்திக்கான பெருமளவிலான சிக்லோஸ்போரின் மற்றும் தக்ரோலிமஸ் புட்டிகள் நிறைந்திருந்தன. பாரீஸின் ரூவாசி விமான நிலையத்திற்கு அழைத்துச்செல்ல, இரவில் எந்த நேரத்திலும் டாக்ஸி வரும். முறையான அடையாள அட்டை, தன்னிச்சையாக இயங்கும் மூளை ஆகியவற்றுடன் தொடர்ந்து அவன் ஒரு சுதந்திரமான மனிதனாகவே இருந்தான். அவனுடைய உரிமைகள், புனிதமானவையாக, அவனிடமிருந்து பிரிக்க முடியாதபடி அவனுக்கே உரியவை இல்லையா? எதிரியாக இருப்பவை, ஆதிக்கம் செலுத்தும் உறுப்பின்மூலமாகப் படையெடுக்கும் இந்தக் கனவுகள்தான். மேற்கூரைக்குமேல் கருநீல வானத்தின் பகுதியைச் செதெரீக் உற்றுப்பார்த்தான். உடைமை பறிக்கப்பட்ட தலைக்கென ஏதாவது சிகிச்சை இருக்குமா?

23

அக்டோபர் 12ஆம் நாள் புதன்கிழமை இரவு. ஸ்காட்லாந்து பகுதியில் விமான விபத்து. பாரீஸிலிருந்து புறப்பட்டு, ரிக்ஜாவிக் சென்றுகொண்டிருந்த 727–200 ரக விமானம் ஒன்று நள்ளிரவைக் கடந்த சில நிமிடங்களில், ஸ்காட்லாந்தின் கிழக்குப் பகுதிகளில் ஒன்றான இன்ச்கிரண்டலுக்கு சில 100 மீட்டர் தொலைவில், 149 பயணிகள் 7 பணியாளர்கள் ஆகியோருடன் விழுந்து நொறுங்கியது. ஒரு சிறிய பிரச்சினை காரணமாக ரூவாசியில் ஒரு மணிநேரம் தாமதமானதால், கடுமையான சூறாவளியைத் தவிர்ப்பதற்காக ஷி–413 பயணிகள் விமானம், பயணப்பாதையிலிருந்து விலகிச் சென்றது. விபத்திற்கான காரணங்கள் இன்னும் தெளிவாகத் தெரியவில்லை. யாரேனும் உயிர்ப்பிழைத்துள்ளார்களா என்றும் தெரியவில்லை.

பிரான்ஸ் உள்ளிட்ட பிரஞ்சு பேசும் மக்கள் கொண்ட பகுதிகளில் விரவியுள்ள ஏறக்குறைய 2000 ஊடக மையங்களை உள்ளடக்கிய வாடிக்கையாளர்களுக்கு அறிவிப்பதற்கு முன்னதாக, “ஆபத்து எதுவும் இல்லை” என்று நினைத்தபடி, இரவின் முக்கியச் செய்திகளைச் செய்தி நிறுவனங்களுக்கு ஸ்வென் கெய்ஸ்லர் அனுப்பினான். துத்தநாக மேற்கூரையையும் அந்த நிழற்சாலையையும் ஸ்வென் நோட்டமிட்டான். தெருவிளக்குகள் உமிழ்ந்த ஒளி, அந்திப்பொழுதை நீடிக்கச்செய்திருந்தது. தன் திட்டங்களைக் குலைக்க இதுவரை எதுவும் நேரவில்லை என்பதை நினைத்து மிக ரகசியமாக, மீண்டும் ஒருமுறை சிரித்துக்கொண்டான். ஏனெனில், அலுவலக உதவியாளர் ஒருவரின் கட்டுப்பாடுடன் தன் பணிகளைச் செய்துவந்த ஸ்வெனின் சக ஊழியர்கள் யாரும் அவனிடமிருந்த சிறிய பலவீனம் குறித்து நகைத்ததில்லை. கணினித்திரையின் முன் விரைப்பாக உட்கார்ந்திருந்தவன் சூன் சுய் குருவின் வாசகம் ஒன்றை அமைதியாக முணுமுணுத்தான் “போரில் மிளிர்பவன், அடுத்தவன் நடவடிக்கைகளை இயக்குவானேயன்றி, மாற்றானின் நடவடிக்கைகளைத் தன்மேல் திணிக்க அனுமதிக்க மாட்டான்”.

ஆனால், உலகெங்கிலுமிருந்து செய்திகள் வந்து குவிந்தவண்ணம் இருக்க, பரபரப்பான செய்திகளின் மத்தியில், நெருப்புப் பிரளயத்திலிருக்கும் ஒரு களவீரனைப் போன்ற

உணர்வு ஸ்வென்னுக்கு ஏற்பட்டது. சோர்வடையாமல் செய்திகளைப் பெற்று அனுப்பும் தன் பணியைத் தொடர்ந்து செய்துவந்தான். அப்படி அனுப்பும் ஒவ்வொரு செய்தியிலும் ஏதாவது ஒரு மாற்றம் செய்து எழுதும் வினோதமான எண்ணம் அவனுக்குத் தோன்றும். சொல்லைக் கூட்டியோ குறைத்தோ எழுதுவான். செய்தியைச் சற்றே மிகைப்படுத்தி அனுப்புவான். ஒரு காற்புள்ளி, பொருள் மயக்கம் தரக்கூடிய மாற்றுச் சொல், வழக்கொழிந்த இலக்கியக்காட்சி என ஏதேனும் ஒன்று அவனுக்குக் கிடைத்துவிடும். பெறப்பட்ட அண்மைச் செய்திகளை ஸ்வென் வாசித்துக் கிரகித்த பின், எளிய பிரெஞ்சு நடையில் அவற்றை அனுப்பிவைத்தான். லோர்னாவின் கவர்ச்சியால் அலைக்கழிக்கப்பட்டுச் சில நேரங்களில் ஏதோ தூக்கத்தில் பிதற்றுவதுபோல், தட்டச்சு செய்தபடியே தன் துன்பங்களை எல்லோரும் அறியும்படி உரக்கச்சொல்வதும் நேர்ந்துவிடும்.

துருக்கி நாட்டிற்கும் ஈராக்கிற்கும் இடையே நடக்கும் ராணுவ மோதல் காரணமாக மத்திய கிழக்கு நாடுகளில் மீண்டும் ஒருமுறை போர் மூளும் அபாயம் ஏற்பட்டுள்ளது. புவிசார் அரசியல், மேற்கத்திய நாடுகளின் ஆதாய நோக்கங்கள் ஆகியவற்றோடு தொடர்புடைய இந்தச் சண்டையின் பின்னணியில் ரஷ்யாவிற்கும் அமெரிக்காவிற்கும் இடையில் தவிர்க்க முடியாத மோதல் உருவாகி இருப்பதாக நோக்கர்கள் சிலர் கருதுகிறார்கள். அனைத்து மேற்கத்திய நாடுகளையும் சார்ந்த பத்தாயிரத்திற்கும் மேற்பட்ட பாலஸ்தீனிய ஆதரவுப் போராளிகளுடன் சுமார் 100 படகுகள், சைப்ரஸின் தெற்குப் பகுதியில் உள்ள லார்னக்கா துறைமுகத்திலிருந்து வெள்ளிக்கிழமை காலை புறப்பட்டன. இதன் நோக்கம், காஸா பகுதியில் இஸ்ரேல் விதித்துள்ள கடல்போக்குவரத்துத் தடையை முறியடிப்பதுதான். “இந்த யூத விரோதக் கடற்படையை அழித்துக் கடலுக்குள் மூழ்கடித்துவிட ஜெருசலேம் சபதமிட்டிருந்தது”.

அமெரிக்கப் பாதுகாப்புத்துறையின் தலைமையகமான பென்டகனுக்காகச் செயல்படும் நிபுணர் குழு ஒன்று, பெரும்பாலான தீவிரவாதக் குழுக்களுக்கு எதிராக ராணுவத்தைக் கையாள்வது என்பது எதிர்பார்க்கும் பலனளிக்காது என்பதை ஆதாரத்துடன் விளக்கியிருந்தது. கடந்த 40 அண்டுகளில், உலகின் பல பகுதிகளில் இயங்கும் 948 பயங்கரவாதக் குழுக்கள் குறித்த தகவல்களின் ஆய்வு முடிவுகளுக்குப் பிறகே, இந்த முடிவிற்கு அக்குழுவின் உறுப்பினர்கள் வந்தனர்.

அபாயகரமான 60,000 கைதிகளின் தகவல்கள் காணாமல் போய்விட்டன என்பதைப் பிரிட்டனின் உள்துறை அமைச்சர் ஒப்புக்கொண்டார். “ஏராளமான குற்றச் செயல்களில் ஈடுபட்டமைக்காக உடனடியாகக் கண்காணிக்கப்பட வேண்டிய பெரும்பாலும் ஒன்றுக்கு மேற்பட்ட குற்றப் பின்னணியைக் கொண்டவர்களின் பெயர்கள்” சங்கேத மொழியினாலான தகவல் பட்டியலில் அடங்கியிருந்தன.

ஸ்வென் தனக்குள் சிரித்துக்கொண்டபோது ஆஸ்த்மா செருமல்போல் இருந்தது. “ஏராளமான குற்றச் செயல்கள்” என்பதை ஓர் ஆங்கிலேயன்

எப்படி விளங்கிக்கொள்வான் என யோசித்துப்பார்த்தான். ஒரு கணம், லோர்னா வீரின் முகம் அவன் பார்வையை அல்லது அவன் முன் உள்ள திரையை மறைத்தது. உதட்டைக் கடித்துக்கொண்டதில், நாய்க்குட்டி போல் முனகினான். சில தொடர்பற்ற சொற்களை அவனது உதடுகள் உச்சரித்தன: "நரகத்தைவிடக் கொடுமையான நினைவுகளோடு நான் வாழ, நீயோ என்னை மறந்துகொண்டே இருப்பாய். மழை பெய்கிறது. ஒரு துளிகூட என்மீது விழவில்லை. ஒருவேளை, உன்னை நான் போதிய அளவு நேசிக்கவில்லையோ?"

சிலநொடிகள் மட்டுமே செதெரீக் இவ்வாறு குழப்பத்தில் இருந்தான். கையில் கட்டியிருந்த கடிகாரத்தைப் பார்த்தான். மேலும் நேரத்தை வீணாக்காமல், உலோக மேஜையின் அருகில் இருந்த நகரும் நாற்காலியைத் தள்ளிவிட்டு, மேல் அங்கியை எடுத்து மாட்டிக்கொண்டான். முக்கால்வாசி காலியாக இருந்த செய்தித் தயாரிப்புப் பிரிவின் அறையைப் பழுதானதொரு ரோபோபோல் கடந்துசென்றான். தாழ்வாரத்தில், ரப்பர் மரத்தின் அகண்ட இலைகளுக்கு மேல் இருந்த அந்தக்கால எந்திரக் கடிகாரம் ஒன்று, 10.45 இல் குத்திட்டு நின்றிருந்தது. அனிச்சைச் செயலாக, இந்த முறையும் தன் கைக்கடிகாரத்தில் நேரத்தைச் சரிபார்த்துக்கொண்டான். மாறக்கூடிய நிறங்களுடைய பெரிய தழும்போடு காணப்பட்ட வானிலை அறிக்கைப் பொறுப்பாளரைப் பார்த்தான். வழுக்கைத்தலையுடன் குள்ளமாக இருந்த அவர், மின்தூக்கி எதிரில் நின்றபடி, மெலிதான குரலில் அவனை அழைத்தார்.

"என்ன, வெளியே கிளம்பிவிட்டீர்களா?"

"பெரிதாக எந்தச் செய்தியும் வராத நேரம் இது". நான் வீட்டிற்குப் போகிறேன்".

"எதிரில் உள்ள பாருக்குப் போய் ஏதாவது சாப்பிட்டுவரலாம். பலத்த மழைவர இன்னும் முழுதாய்க் கால் மணி நேரம் இருக்கிறது".

ஸ்வென்னுக்கு எப்படி இவரிடமிருந்து நழுவுவது என்று தெரியவில்லை. மேலும், வெர்மோ பாரில் வரும் காபி வாசனை, பத்திரிகை அலுவலகத் தானியங்கி உணவுப்பொருட்கள் வழங்கும் கருவிகள் போல் இல்லாமல் வித்தியாசமாக இருக்கும். மின் தூக்கியின் சரியான பொத்தானை வானிலை அறிக்கைப் பொறுப்பாளர் அழுத்தத் தவறியதால் மேல்தளங்கள் விண்வெளி ஏவுகணையின் வேகத்தில் ஓடிக்கொண்டிருந்தன. இந்த நிகழ்ச்சி, ஸ்வெனுக்கு வேறு ஒரு சம்பவத்தை நினைவூட்டியது. ஜெர்மனியின் பாராகிலைடிங் வீராங்கனை நிகழ்த்திய நம்ப முடியாத சாகசம் அது. சூறாவளியில் சிக்குண்ட அவர், திடீரென மேல் நோக்கி வீசிய காற்றின் வேகத்தில், 10000 மீட்டர் உயரத்திற்குத் தூக்கி எறியப்பட்டு, அதாவது உச்சியில் மேகத்திரள்களுக்குள் கொண்டுசெல்லப்பட்டார். இடி மின்னல், 60 டிகிரிக்கும் குறைவான பருவநிலை, ஆக்சிஜன் இன்மை எனப் பல்வேறு சோதனைகளை எப்படியோ கடந்து உயிர் பிழைத்தார். பனிக்கட்டிகளால் மூடப்பட்டு, மூச்சுத்திணறல் ஏற்பட்டுத் தடுமாறிய நிலையில் ஒருவாறு உயிருடன் தரையை அடைந்தார்.

காபி பாரில் பரிமாறும் நபர், முன்சரியும் தன் தொந்தியைச் சுற்றிச் சற்றுமுன்தான் துண்டு ஒன்றை இறுக்கிக் கட்டியிருந்தான். சாப்பிட வந்திருந்தவரின் தலையில் இருந்த நீல நிறத் தழும்பைச் சற்றே சலிப்புடன் கவனித்தான்.

“மழை வரும்போல் தெரிகிறது”, காபி தயாரித்துத் தரும் கருவியின் கீழ் இரண்டு கோப்பைகளை வைப்பதற்கு முன், அக்கறையானதொரு தொனியில் சொல்லிவைத்தான்.

“பார்த்தாயா? நான் பார்க்கும் வேலை எல்லோருக்கும் தெரிகிறது. படித்து முடிக்க ஐந்து ஆண்டுகள் பிடிக்கும் கடினமான படிப்பான வளிமண்டலத்தின் பயன்பாட்டுப் பாய்ம இயக்கவியல் எனும் இக்கேள்வியைப் படித்து என்ன பயன்? என் விதி என்னை ஒரு நடமாடும் காற்றழுத்தமானியாக மாற்றிவிட்டது” என்றான் ஸ்வென்.

நிறுவனத்துக்குப் புதியவன் ஆனதால், பிறரின் அந்தரங்கங்களை அறிய ஸ்வென் விரும்பவில்லை. ஆகவே, வாடிக்கையாளர்களுக்கெனக் காட்சிப்பேழையில் வைக்கப்பட்டிருந்த காலைச் செய்தித்தாள்களில் ஒன்றை எடுத்துக்கொண்டு, அங்கிருந்த ஸ்டூல்மீது ஏறி உட்கார்ந்தான். விமான விபத்து குறித்து முதல் பக்கத்தில் எதுவும் இல்லை. அச்சு எந்திரத்தின் பார்வையிலிருந்து தப்பியிருக்க வேண்டும். மரண அறிவிப்புகள் உள்ள பக்கத்தை அவன் கண்கள் மேய்ந்தன. அதில் தொடக்கத்திலேயே மோரிஸ் அலீன் வெபெர்சனின் மரண அறிவிப்பு இருந்தது.

“மருந்துத் தொழிலின் முடிசூடா மன்னர் மரணம்”. உடல் உறுப்பு மாற்றுச் சிகிச்சை முதல்முறையாக மேற்கொள்ளப்பட்ட நபருடன் அவருக்குள்ள உறவைப் பற்றிய எந்தக் குறிப்பும் அதில் இல்லை. அதேபோல், அழகிய லோர்னாவுடனான தொடர்பு குறித்த தகவலும் இல்லை. இணையதளத்திலிருந்து தனிப்பட்டவரின் தகவல்களைச் சேகரிக்கும் பணியான டாக்ஸிங், உளவியல்சார் தகவல் சேகரிப்பான ஹாட் ரீடிங், சமூகக் கட்டுமானம் ஆகிய துறைகளில் நிபுணத்துவம் பெற்ற கணினி வல்லுநரான ஸ்வென்னுக்கு அத்தனை விஷயங்களும் மனப்பாடமாகத் தெரியும்.

“சரி. நான்போய் காற்றழுத்த நிலையைப் பார்க்கிறேன்” என்று சொன்ன வானியல் பொறுப்பாளர் தொடர்ந்து, “உன் பெயர் ஸ்வென் ழெஸ்லர்தானே? இதே பெயரில் ஒரு பிரபலமான ஜெர்மன் புவியியலாளர் இருந்தார்” என்றார்.

“என் மாமாவின் தாத்தாவாக இருக்க வேண்டும்”.

“என் பெயர் மிஷலே. வரலாற்றறிஞருக்குள்ள அதே பெயர். ஆனால், அவர் என் அண்ணன் மகன் இல்லை. மனிதனுக்குச் சக்தி, அவனேதான் தெரியுமா?”

பத்திரிகை நிறுவனத்திற்குத் திரும்பும் முன், வழக்கம்போல் காபி அருந்திவிட்டு சிகரெட்டுகளும் காலைச் செய்தித்தாள்களையும் வாங்கிவர வெர்னோ பாரின் முன் லோர்னா நின்றாள். இருக்கையில் அமர்ந்தபடி

அவளைக் கண்ட ஸ்வென், தன்னை மிகவும் பாக்கியசாலி என நினைத்துக் கொண்டான். சில மீட்டர் தொலைவில்தான் எனினும் அவளது பார்வையில் இவன் படவில்லை. ஏதோ யோசனையில் இருந்த அவள், பரிமாற ஆளை எதிர்பார்த்துக் காத்திருந்தாள். மஞ்சள் பின்னணியில் இருந்த கண்ணாடியில், அடுக்கிவைக்கப்பட்டிருந்த மதுக்கோப்பைகள், பாட்டில்கள் ஆகியவற்றின் பிம்பங்கள் தெரிந்தன. அவற்றை அவளுடைய கண்கள் நோட்டமிட்டபடி இருந்தன. அடையாளம் காணக்கூடிய அபாயம் இருக்கவே, ஒருவழியாக அவள் முன் இந்த இளம் வாலிபன் ஸ்வென் போய் நின்றான்.

“மிஸ் லோர்னா” எனக் கூச்சம் கலந்ததொரு சிரிப்புடன் ஸ்வென் அழைத்தான். “பத்திரிகை நிறுவனங்களின் பார்வைக்கு எட்டாத பல முக்கியமான தகவல்கள் உள்ளன என்று உங்களுக்குத் தெரியும் அல்லவா?” எனக் கேட்டான்.

ஓய்வில் இருந்த தன்னைத் தொந்தரவு செய்த நபரைப் பார்த்து, “ஆ! ஸ்வென் நீங்களா!” என்றாள்.

செய்தித்தாளில் இருந்த மரண அறிவிப்புப் பக்கத்தை அவளிடம் காட்டியபடி, “இதைப் படியுங்கள். உங்கள் தொடர்பான செய்தி அதில் உள்ளது என்று நினைக்கிறேன்” என்றான்.

இச்செய்தியுடன் அவளுக்குள்ள தொடர்புகள் குறித்துச் சட்டெனக் கவலையடைந்தபோதிலும், வியப்பு அல்லது கோபத்திற்கான எவ்வித அறிகுறியும் லோர்னாவிடம் தென்படவில்லை. செதெரீக் காணாமல் போன நாளிலிருந்து யாரிடமும் அதிகமாகப் பேசக் கூடாது என்ற சுயக்கட்டுப்பாடும் நாளுக்கு நாள் பெருகிவரும் பதற்றமும் சேர்ந்து, இதுபோன்ற நேரங்களில் திடீரென வெளிறிப்போகும் முகத்தைத் தவிர்த்து வேறு எவ்விதமான உணர்ச்சியையும் வெளிக்காட்டாத அளவு அவளை மாற்றியிருந்தன.

“அவர் மிகவும் வயதானவராக இருந்தார்” என வேடிக்கையாக முணுமுணுத்தாள். அப்படிக் கூறியபோது, அந்தக் கோடீஸ்வரரின் மெலிந்த முகமும் பலரைப் பலி கொடுத்து, பல பரம்பரைகள் தலைவெட்டப்பட்ட இளம் உடல்களைப் பொருத்திக்கொண்டு பல தலைமுறைகள் நிரந்தரமாக இருக்க முடியும் என்ற அவருடைய பரிதாபத்திற்குரிய எண்ணமும் அவள் நினைவிற்கு வந்தன.

24

சான் பெட்ரோ மருத்துவமனைக்கு முடிந்தவரையில் ரகசியமாகச் செல்வதற்கென தடித்த குளிர்க்கண்ணாடி அணிந்து மெலிந்த முகத்துடன் காணப்பட்ட செதெரீக், டியுரேன் விமான நிலையத்தில் அல்ஃபா ரொமியோ ரகக் காரை வாடகைக்கு எடுத்திருந்தான். கார் ஓட்டும் பழக்கத்தை மறக்காமல் இருந்தாலும், ஸ்டியரிங்கை எப்படிப் பிடிப்பது என்பதில் இரண்டு ஜோடிக் கைகள் சண்டைபிடிப்பதுபோல் இருந்ததால் அவற்றை ஒருங்கிணைந்துச் செயல்பட வைக்க சிறிது நேரம் பிடித்தது. மேலும், ஒரு பேட்டிக்காக எழுத்து ஊடகத்தின் பத்திரிகையாளர் என்ற முறையில் எம்மே ரிட்ஸ் அவனை விமான நிலையத்தில் வரவேற்றார். அடையாளம் கண்டுகொள்ள முடியாவிட்டாலும், இனி பிரபலமாகவிருக்கும் நிறுவனத்தின் இயக்குநரான அவரிடம், வந்திருந்த விருந்தினர் உறுப்புத் தானம் தந்தவரின் விபரங்களைக் கேட்டபோது கடுமையாக எதிர்ப்புத் தெரிவித்தார். சான் பெட்ரோ மருத்துவமனையில், ழோர்ழ் கதாவெரோவும் அறுவைச்சிகிச்சை நிபுணர்கள் குழுவும் சேர்ந்து வெற்றிகரமாக நிகழ்த்திய உறுப்பு மாற்று அறுவைச்சிகிச்சை மருத்துவச் சரித்திரத்தில் இடம்பெற்றுவிட்டது. மற்ற விஷயங்களைப் பொறுத்தவரை, அறுவைச்சிகிச்சைக்கு முந்தைய நாள் ஹெலிகாப்டரில் கொண்டுவரப்பட்டது என்பதைத் தவிர அந்த உடல் யாருடையது, எங்கிருந்து வந்தது என எதுவும் தனக்குத் தெரியாது என்று எம்மே ரிட்ஸ் அறிவித்தார். அந்த நிகழ்விற்காகப் புதிதாகத் திறக்கப்பட்ட மருத்துவமனை என்பதால் நிர்வாக அலுவலகம் அந்த நேரத்தில் இயங்கத் தொடங்கவில்லை. எனவே, செதெரீக் அலீன் வெபெர்சனின் கோப்பைப் பார்க்கும் வாய்ப்பு அவருக்குக் கிடைக்கவில்லை. மேலும், நோயாளியின் மருத்துவ ரகசியங்களை வெளியிடத் தடையுள்ளது. பேசாமல் ஸ்பாலின் மருத்துவமனைக்குச் சென்று (மிஸ்டர்) இல் சிஞ்ஞோர் கதாவெரோவையே கேளுங்கள் என்று பேட்டியை முடித்துக்கொண்டார். இதன்மூலம்,

பால்டிமோரின் ஜான்ஸ் ஹாப்கின்ஸ் மருத்துவமனைக்காக நரம்பியல் அறுவைச்சிகிச்சை நிபுணரைப் பெரும் தொகையொன்றைக் கொடுத்து அமர்த்தியுள்ள விஷயம் தமக்குத் தெரியாததுபோல் காட்டிக்கொண்டார்.

அடுத்த நாள், செதெரீக் திரியேஸ்த்துக்குச் சென்றான். மருத்துவர் எமீல் ஸெல்லரும் அதிகம் பேசவில்லை. அவர் நடத்திவந்த மருத்துவமனை, உயர் பாதுகாப்பிற்கும் ரகசியக் காப்பிற்கும் பெயர் போனது. எனினும், ஸ்பாலினில் உள்ள அவருடைய சக மருத்துவர்களுக்கு எதிரான தொழில் போட்டியின் காரணமாக, இவனைப் பத்திரிகையாளர் என்ற ஒரே காரணத்துக்காக இங்கே அனுமதித்துள்ளார். உறுப்புத் தானம் தந்தவரின் அடையாளம் குறித்த கேள்வியை இந்தப் பத்திரிகையாளர் எழுப்பியபோது, முன் ஜாக்கிரதை கலந்த மௌனம் ஒன்றுதான் பதிலாக இருந்தது. மீட்டுருவாக்க அறுவைச்சிகிச்சை மேதாவிகள் பிரபலமாவதைப் பற்றித் தொடர்ந்து வெளிப்படையாகக் குற்றஞ்சாட்டி வந்த ஷெல்லர், உயிரியல் நெறிமுறைகளின் இரண்டு முக்கியக் கட்டங்களுக்கிடையே உள்ள தெளிவற்ற பாதை குறித்துக் கோடிட்டுக்காட்டினார். கவனமாகக் கேட்டுக்கொண்டிருந்த செதெரீக், மனதில் இருப்பதையெல்லாம் அவர் கொட்டட்டும் என்று காத்திருந்தான்.

'உறுப்புகள் தான வங்கி' ஏற்படுத்துவதைப் பற்றி விவாதித்துவரும் இந்தக் காலத்தில் மனிதக் கண்ணியத்தைப் பற்றி யார் கவலைப்படுகிறார்கள்? மூளைச்சாவு என்பது எதையும் செய்ய அனுமதி என்று பொருள் கொள்ளக் கூடாது. மூளையின் ரத்தநாளங்களைப் படம் எடுக்க, ஆஞ்சியோகிராபி செய்ய ஸ்கேன் அறைக்கு அழைத்துசெல்லப்படும்போது நேரக்கூடிய அபாயங்கள் நமக்குத் தெரிந்தவைதான். இறந்தவர்களின் உடல் தானத்தைப் பற்றிப் பேசவே வேண்டாம். இப்போதெல்லாம், தானம் பெறப்படும் உறுப்புகளை விரைவாகப் பெறுவதற்காக, அவற்றை எடுக்கும் குழுக்களுக்குப் போதிய வசதிகள் உள்ளன. இத்தாலியில், தானம் தருபவரின் உறவினர்களுக்கு உரிய முறையில் தகவல் அளிக்கப்படுகிறது என்று நினைக்கிறீர்களா? பெரும்பாலான நேரங்களில், உயிர் பிழைக்கும் வாய்ப்பு உண்மையில் இருந்திருக்காது. ஆனால், சிகிச்சை தொடர்ந்து நடப்பதாக அவர்களின் உறவினர்களை நம்பவைத்துக்கொண்டிருப்பார்கள்."

"ழோர்ழியோ கதாவெரோவால் உறுப்பு மாற்று அறுவைச்சிகிச்சை செய்யபட்ட உடல், உறுப்பு தானம் செய்ய எதிர்ப்புத் தெரிவித்த ஒருவரின் உடல் அல்லது மேற்படி நபரின் குடும்பத்திற்குத் தெரியாமல் அது பயன்படுத்தப்பட்டது என்று சொல்லவருகிறீர்களா?"

"அதை மட்டும் எழுதாதீர்கள் என்று கத்தினார் ஷெல்லர். நான் என்ன நினைக்கிறேன் என்றால், சாலை விபத்தில் சிக்கிய நபர் யாராவது அவருக்குக் கிடைத்திருப்பார். உதாரணமாக, மோட்டார் சைக்கிள், ஓட்டி விபத்தில் அடிபட்டு, மூளை சிதைந்த நிலையில் வந்தவராக இருக்கும். அவசரச்சிகிச்சை பிரிவில் தினமும் அதுபோன்ற நிலையில் பலர் வருவார்கள். மேலும், தேசிய அளவிலான மருத்துவமனைகளின் இணையதளங்களில் வெளியிடப்பட்டுள்ள நெறிமுறைகளுக்கு ஏற்றவாறு

அந்த உடல் இருந்தாக வேண்டும். எனவே, நான் சொல்வதெல்லாம் ஊகம்தான் . . .”

குழம்பிய மனதோடு இருந்த செதெரீக், துறைமுகத்தில் உள்ள சுற்றுலாப் பயணிகளுக்கான உணவு விடுதி ஒன்றில் இரவு சாப்பிட்டுவிட்டு உடனடியாகக் கெம்பின்ஸ்கி பேலஸில் உள்ள தன் அறைக்குத் திரும்பினான். விளக்குகளால் அலங்கரிக்கப்பட்டிருந்த அந்த விடுதியின் பிரம்மாண்டமான முகப்பு, திரியேஸ்த் கடற்கரையைப் பார்த்தவாறு உயரத்தில் அமைந்திருந்தது. எத்தகைய சிபாரிசு இருந்திருந்தால், விளக்கங்கள் கிடைக்கும் என்ற நம்பிக்கையுடன், அபத்தமான கிறுக்குத்தனத்துடன் இந்த நாட்டின் அத்தனை அவசரப் பிரிவுகளையும் பார்வையிட முனைந்திருப்பான்? பேராசிரியர் ஸெல்லர் தன் ஆழ்மனதில் உள்ள வெறுப்பு அல்லது பொறாமை காரணமாக, பேச்சாளர்களுக்கேயுரிய வழக்கமான முன்ஜாக்கிரதை உணர்வுடன் தோராயமாகப் பேசியபோதிலும், சில உண்மையான தகவல்களை வெளியிட்டுள்ளார் என செதெரீக் நினைத்தான். நிச்சயமின்மையிலும் குழப்பத்திலும் ஆழ்ந்திருந்த அவனுக்கு இவற்றை நம்புவது உண்மையிலேயே சவாலாக இருந்தது.

ஒரு பேரரசருக்கு வாய்த்ததுபோன்ற விசாலமாக இருந்த கட்டிலில் ஓய்வெடுத்த செதெரீக் எர்க், உறக்கத்தில் தோன்றும் தொடர்பு அறுந்த காட்சிகளாலும் போலியான சிந்தனைகளாலும் ஆட்கொள்ளப்பட்டான். பாரீஸைவிட்டு வெளியேறியதிலிருந்து மயக்கம், தலைச்சுற்றல் அவனுக்கு ஏற்பட்டன. அவனுடைய ரத்த அழுத்தம் சீராக இல்லை. நிறைய உடலுறுப்புகளின் இயக்கங்கள் எதிர்மறை விளைவுகளால் பாதிக்கப்பட்டிருந்தன. வீட்டிலேயே முடங்கிக் கிடப்பவர்களுக்குத் தம் உடல்நிலை பற்றிய அதீதக் கற்பனையுடன் கலந்த பயம் இருக்கும். இவன் விஷயத்தில் அதற்குப் போதுமான காரணங்கள் இருந்தன. சுதந்திரமாக இயங்கக்கூடிய அவனது ஆற்றல் அத்தகைய பயத்திலிருந்து கொஞ்சம் விடுதலை தந்தது. அந்நியர் ஒருவரின் உடலை வைத்துக்கொண்டு எப்படி மனக்கவலையால் ஏற்படும் உடல் உபாதைகள் இல்லாமல் வாழ முடியும்? தனிமையில் அசைவற்ற நிலையில் இருக்க நேரும்போதெல்லாம், அவனது தசைகள், ரத்த நாளங்கள் ஆகியவற்றின் புதிரான சலனங்களையும், தொடர்ந்து மின் அலைகளால் வருடப்படும் தேகத்தின் மேல்தோல் முதல் இரவின் ஆழ்ந்த நிசப்தத்தில் எழும் இந்த எந்திரச் சக்கரத்தின் ஓசைவரை, எல்லாவற்றையும் அவனது ஒட்டுமொத்த உயிரும் கேட்கத் தயாராகிவிடும். அந்த நேரத்தில்தான் அவனுக்கு உண்மையில் உடைமையான உடலில் வர வேண்டியதுபோன்ற ஒருவிதமான கடுமையான வலி ஏற்படும். ஆழ்ந்த உறக்கம் கலையும்போது, கழுத்தை இறுக்கும் கடும் விறைப்பு ஏற்பட்டுவிடும். இந்தக் கட்டிலில் கிடந்து, தொடுதலையும் தடவுதலையும் கோரும் இந்த முக்கால்வாசி முழு மனிதன் மூலமாக சக்திகள் முழுவதையும் திரட்டி முந்தைய நிலைக்குத் திரும்ப முயல்வான். ஆவிக்கும் நடைப்பிணத்திற்கும் இடையே நிகழும் இத்தொடர் யுத்தம் காலையில் இவனை அச்சத்தின் பிடியில் ஆழ்த்திவிட்டு மறைந்துவிடும். சரியாகக் கண் திறக்காத களிமண் பொம்மைபோல் எழுந்து உட்கார்ந்து வெளிச்சத்தைக் கண்டு

ஆச்சரியப்படுவான். தன் உள்ளத்தில் உள்ளதை வெளியிடும் முயற்சியை நோக்கித் தொடர்ந்து முன்னேறிச்செல்ல வேண்டும் என ஏதோ ஒன்று அவனுள் விழைந்தது.

யாருக்கும் தெரியாமல் புறப்பட்ட செதெரீக், தடங்கல் மிகுந்த இப்பயணத்திற்கு உரிய முறையில் தயாராக இல்லை. இதில் அவன் எடுக்கும் ஒவ்வொரு முயற்சியிலும் மூளை அல்லது இதயம் வெடித்துவிடும் அபாயம் இருந்தது என்றாலும் விவரிக்க முடியாத ஏதோ ஒரு சக்தி அவனை முன்னேறிச்செல்லத் தூண்டியது. பெருமளவிலான நிவாரணிகளை விழுங்க வேண்டியிருந்ததால் தன் அறையிலேயே சிற்றுண்டியை முடித்த பின், விடுதியின் கூடத்தில் அமர்ந்து விரைவாக எண்ணங்களைக் கோர்க்க முயன்றான். இதுவரை யாரும் அவனை அடையாளங்காணவில்லை. தனக்கென ஒரு செல்பேசியை வைத்துக்கொள்வதைக் கவனமாகத் தவிர்த்திருந்தான். கடலில் கரைத்த பெருங்காயமாய், ஜனத்திரளில் ஒருவனாக யாரும் அவனைத் தொந்தரவு செய்யவில்லை. இந்த மரபுத்தொடரின் நகைச்சுவையை அனுபவித்த செதெரீக், திடீரென தன் நினைவாற்றல் எதேச்சையாக மாற்றியமைக்கப்படுவது குறித்து மீண்டும் ஒருமுறை கவலைப்பட்டான். தன் நினைவுகளுடனான பரிச்சயம் அனைத்தையும் அவன் இழந்திருந்தான். ஏனெனில், இந்த நினைவுகள் எவ்வித நிலையான புள்ளியிலும் நங்கூரமிட்டு நில்லாமல் முன்ஜென்மங்கள் போல் நிச்சயமற்றதொரு இறந்தகாலத்தின் சாட்சிகள் போல் ஏறக்குறைய போலியாக அவனுள் எழும்பிய வண்ணம் இருந்தன.

வாடகைக்கு எடுத்திருந்த ஆல்ஃபா ரோமியோ காரை ஓட்டியபடி, ரோம் சாலையில் பயணித்துக் கொண்டிருந்த செதெரீக், பாதை மாறிப்போவதை விரைவில் உணர்ந்துகொண்டான். வேறொரு பாதை இருக்க இந்தப் பாதையை ஏன் தேர்ந்தெடுக்க வேண்டும்? மேலும், ரோமிற்குப் போய் இவன் என்ன செய்யப்போகிறான்? பகல் நேரம் நெருங்க, ஓட்டுநர் இருக்கையின் வெப்பம் தாங்க முடியாத அளவு இருந்தது. ஏ.சி.க்கான ரிமோட் கிடைக்காததால், வழக்கத்திற்கு மாறாக எதைப் பற்றியும் கவலைப்படாதவனாக அணிந்திருந்த கோட், சட்டை ஆகியவற்றைக் கழட்டினான். டீசர்ட் அணிந்திருந்த அவனது கைகள் ஸ்டியரிங்கை உறுதியாகப் பிடித்திருக்கக் காரின் பக்கவாட்டுக் கண்ணாடியில் கழுத்தில் உள்ள தழும்பை தற்செயலாகக் கவனித்தான். உபரியாகத் தோலின் மீது படர்ந்திருந்த தழும்பு, ரோஜா நிறத்தில் அட்டிகைபோல் காணப்பட்டது. அதன்மேல் வியர்வை முத்துக்கள் அரும்பியிருந்தன. தூக்கக்கலக்கத்தில் பல மணி நேரம் காரை ஓட்டிய களைப்பிற்குப் பின், டோஸ்கான் பகுதியின் வெளிச்சமான கிராமியச்சூழல் அவனை மயங்கச் செய்தது. அவனுடைய தேகத்தையும் ஆன்மாவையும் சூரிய ஒளி இதமாக ஊடுருவியது. மரணம் விரைவில் உறுதி எனும் உணர்வு அவனை இடைவிடாமல் துரத்தினாலும், எல்லாவற்றுக்கும் வளைந்துகொடுக்கக்கூடிய, புத்துயிர் பெற்ற வேறு ஒரு மனிதனாக உணர்ந்தான். ஃபிளாரன்ஸ் நகரத்திற்குப் பிறகு, நெடுஞ்சாலையின் இருபுறமும் சாரிசாரியாக வாகனங்கள் அணிவகுத்துச் சென்றன.

ஆகவே, அவ்வப்போது மனிதர்களின் முகங்களை இவனால் பார்க்க முடிந்தது. நுரைக்குமிழிகள் அல்லது மேகங்கள் கடந்துசெல்வதுபோல் நூற்றுக்கணக்கான முகங்கள் அவ்வாறு கடந்துசென்றன. தன் புதிய வாழ்விற்குத் தகுந்தாற்போல், புதிய பதிவின்மூலம் இந்த மாயக்காட்சி முந்தைய அடையாளங்களைக் காணாதவாறு செய்துவிட்டது. ஈடு செய்ய இயலாத புறக்கணிப்புகளும் தீவிரமான இருப்பும் கலந்ததொரு உணர்வு, பயணம் எனும் உருவம் பெறுகிறது. ரெகார் தெருவைவிட்டு வெளியேறியவுடனேயே அவனுக்கு இது தெளிவானது. நாம் தங்கும் இடம் விரைவிலேயே தொடர் மாயத்தோற்றம் ஒன்றை உருவாக்கும். இன்னும் சொல்லப்போனால் ஓர் உருவம் பெறும். அதன் பின் அனைத்தும் அவனுக்கு அப்பாற்பட்டு நிகழ்ந்தன. அவனுக்கு மிஞ்சியதெல்லாம் எரிகற்களின் பொழிவுபோல் தெளிவற்ற பதிவுகளான நினைவுக் குறிப்புகள் மட்டுமே. உருவம் ஏதுமற்ற நிலையில் காரின் ஜன்னல் வழியே தெரியும் இயற்கைக் காட்சிகளின் ரம்மியம் கொஞ்சம் கொஞ் சமாக விழுங்கப்பட்டு, மூளையின் பின்புலத்தில் ஒளிச்சிதறல்களாகப் பரவின. சாலையில் தோன்றும் சூறாவளிக் காட்சிகள்போல் அவனுள் அனைத்தும் மறைந்துகொண்டே இருந்தன.

நகர்ந்துகொண்டிருக்கும் வண்ணமயமான இக்காட்சிகளின் இடையில் சாலையோரத்தில் மங்கலான உருவம் ஒன்றை செதெரீக் கவனித்தான். தான் கனவு ஏதும் காணவில்லை என உறுதி செய்துகொள்ள ஒருவித சந்தேகப்பார்வையுடன் காரை நிறுத்தினான். லிப்ட் கேட்டவன் அவன் அருகில் ஓடிவந்து எதுவும் சொல்லாமல், கால்களிடையே தன் தோல்பையை இறுக்கிக்கொண்டபடி வலப்பக்கமாக உட்கார்ந்துகொண்டான். கைகளை ஆட்டி அவன் பேசியபோது, பச்சைகுத்தப்பட்டிருந்த அவனுடைய கைத்தசையில் கனவுலக உயிரினங்கள், கற்பனை மிருகங்கள் எனப் பெரியதொரு டிராகன் கூட்டமே தெரிந்தது.

ஸ்தா குவர்தாந்தோ இல் மியோ தத்துவாஜ்ஜியோ? நேயோ அன்சே சுல்லா ஸ்கியேனா எ சுல் பெத்தோ . . . ("என் மீது பச்சைகுத்தியிருப்பதைப் பார்க்கிறீர்களா? என் முதுகிலும் மார்பிலும்கூட அவை இருக்கின்றன") என இத்தாலி மொழியில் கூறினான்.

ஓட்டுநர் இருக்கையில் இருக்கும் இவன், புரியவில்லை என்பதைத் தெரிவித்ததும் வந்தவன் சிரிக்கத் தொடங்கிவிட்டான். தன் பனியனைக் கழட்டிவிட்டு மையால் பச்சைகுத்தப்பட்ட பலவிதமான கற்பனை மிருகங்களின் ஓவியக் கலவையைச் சுட்டிக்காட்டினான்.

மேலும் அவன், *"உன் வெரோ முசெயோ! லெ யி இங்கிலேசே? நோ? ஸ்கூசா, சாரா பிரான்சேஸ் அல்லோரா! ஈயோ, சிச்சிலியானோ, மா பார்லோ மோல்டோ பெனே ஃப்ரான்செசேஸே . . ."* (ஒட்டுமொத்த அருங்காட்சியகமே இருக்கும். நீங்கள் ஆங்கிலேயரா? இல்லையா? அப்படியானால் நீங்கள் பிரெஞ்சியர். நான் ஒரு சிசிலியக் குடிமகன். ஆனாலும் நன்றாகப் பிரெஞ்சு பேசுவேன்) எனச் சொன்னான்.

அவனுடைய இடது மார்பின் மேல், முடிகளுக்கிடையில் பச்சைகுத்தப்பட்டிருந்த அந்த ஓவியத்தைச் செதெரீக் அடையாளம் கண்டு கொண்டான். அது ஏறக்குறைய செதெரீக்கின் புஜத்தில் இருந்த ஓவியத்தை ஒத்திருந்தது. அது ஊதா, மஞ்சள் நிறப் பின்னணியில், கோதுமைத் தண்டுகள், கதிர்கள் சூழ கிரேக்க அசுரன் மெடியூஸின் தலை மத்தியில் இருக்க, மூன்று கால்களைக் கொண்ட உருவமாகும். அந்த ஓவியத்தை ஏதோ ஒரு சந்தேகத் தோரணையில் அவனது ஆள்காட்டிவிரலால் சுட்டிக்காட்டியபோது, பேச்சில் விந்தையான அவனுடைய பாதுகாப்பு உணர்வு வெளிப்பட்டது.

"இல்மியா பயாசே! லாதிரினாக்ரியா சா சூலா பந்தியெரா தெல்லா சிச்சிலியா" (என் நாடு! மெடியூஸ், உங்களுக்குத் தெரியும்தானே? சிசிலியின் கொடியில் இருக்குமே...) என்றான்.

25

வெளிநாட்டில் இருக்கும்போது, மொழி சரியாகத் தெரியாமல் போனால் சீக்கிரத்திலேயே நாம் தனிமைப் பட்டுவிடுவோம். தன் வாடகைக்காரில் ஏறிக் கப்பலின் கீழ்த்தளத்தில் உள்ள வாகன நிறுத்துமிடத்திலிருந்து வெளியேறிய போது இதைத்தான் செதெரீக் எர்க் தனக்குள் சொல்லிக் கொண்டான். ஷரீபதீஸ், சிஸில்லா எனக் கடற்பேய்கள் எல்லாம் தொன்மத்தில் மட்டும்தான். சுழல், பாறை இவற்றுக் கிடையே எதையும் தேர்ந்தெடுக்க வேண்டிய அவசிய மில்லாமல் ஜலசந்தியை அவன் கடந்துவிட்டான். கலாபிரியா குன்றை நோக்கியவாறு இருந்த மெஸீனா நகரம், உயர்ந்த மலைத்தொடரில் அமைந்துள்ளது. அந்த மலைப்பாதை மீது நகர்ந்தபடியே, கடலோரத்தில் உள்ள கப்பல் கட்டும் தளங்கள், ராணுவத் தளவாடக் கிடங்குகள் ஆகியவை வரிசையாக இருந்ததை வெறுமனே பார்த்து ரசித்தான். தன் பயணத்திட்டப் பாதையை சிசிலியிலிருந்து புறப்பட்ட போதே செதெரீக் திட்டமிடவில்லை. தனியாகப் பயணம் மேற்கொள்ளும்போது, எப்படியோ தட்டுத்தடுமாறி இரண்டு இடங்களுக்கு இடையே உள்ள ஒற்றுமை அல்லது தற்செயலாக அமைந்தது போன்ற அம்சங்களால் உந்தப்பட்டு ஓர் இடத்திற்கு வருவோம். அவ்வாறு அமைந்ததுதான் செதெரீக்கின் பயணப்பாதை. பச்சைகுத்தப்பட்ட ஓவியம் ஒன்றே போதுமானதாக இருந்தது. அரசுக் கட்டடங்களின் மீது இத்தாலி நாட்டின் கொடி பறந்துகொண்டிருந்தது. அதன் பக்கத்தில், சிவப்பும் பொன் நிறமும் கலந்த பதாகை ஒன்றும் பறப்பதைக் காண முடிந்தது. அதில் துண்டிக்கப்பட்ட ஸ்வஸ்திக்குறிபோல் மூன்று கால்கள் இருந்தன. நடுவில், வெளிர் சிவப்பு நிறத்தில் முடிசூட்டப்பட்ட மெடியூஸின் முகம்.

நான்கு சாலைகள் சந்திக்கும் வட்ட நாற்சந்தியை அடைந்தபோது, திராபானி – மர்சாலா பாதை, ஸிராகுயிஸ் பாதை எனத் தீவின் இரண்டு தடங்கள் இருக்க எதைத் தேர்ந்தெடுப்பது என்று செதெரீக் தயங்கினான். வாராவதிகளிடையே கடல்மீது கவிந்திருந்த மூடுபனியைச் சூரிய வெப்பம் மேலெழச்செய்தது. கடலோரமிருந்த கருமணல்மீது விழுந்த பிரகாசமான ஒளி அதைப் பளிச்சிட வைத்தது. வெய்யிலால் வறண்ட முகத்துடனும், வியர்வையால்

நனைந்த சட்டையுடனும், பெயர்களின் ஓசை நயத்தின்மீது நம்பிக்கை வைத்துத் தென்கிழக்குத் திசையை நோக்கி வாகனத்தைச் செலுத்தினான். எனினும், ஸிராகுயிஸ், கத்தானியா ஆகிய பகுதிகளை நோக்கிச் செல்லும் பாதையை அடைந்தபோது, பல மணி நேரப் பயணக் களைப்பில் செதெரீக் சோர்ந்து போயிருந்தான். எனவே, கடலோரப் பகுதியில் இருந்த தவோர்மினா பக்கமாக வாகனத்தைத் திருப்பினான். அங்கு ஒரு தங்கும் விடுதி குறித்து விசாரித்தான்.

ஒரு மணிநேரத்திற்குப் பிறகு, அறையொன்றில் செதெரீக் படுத்துக் கொண்டிருந்தான். துறைமுகத்திலிருந்து எழும் சப்தங்களை அங்கிருந்த பெரிய ஜன்னல்கள் வடிகட்டிக்கொண்டிருந்தன. இந்த அறைக்கு எப்படி வந்தோம் என வெகு நேரம் யோசித்துப்பார்த்தான். வாழ்வா சாவா என்ற நிலையில், ஏதோ ஒரு முரட்டு சக்தி அங்கிருந்து தப்பிச்செல்ல வேண்டும் எனும் பலத்தை அவனுக்கு தந்தது. எனினும், குறிக்கோள் ஏதுமற்ற இந்த ஆபத்தான பயணத்தை மேற்கொண்டதற்காக மிகவும் வருந்தினான். அடிப்படை அறிவோடு பார்த்தால்கூட இவனுக்கும் இப்பயணத்திற்கும் எந்தவித சம்மந்தமும் இல்லை என்று சொல்லிவிடலாம். தனக்கென சொந்தமான உடல் இல்லாமல் யாரும் இறந்துவிட்டதாகக் கருத முடியாது. லோர்னாவின் ஸ்பரிசம், அருகில் உறங்கும் அவளுடைய கதகதப்பு, பாரீஸின் மேற்கூரைகள்மீது பரவும் காலை வெளிச்சம், காணாமல் போன பொருட்கள் காக்கும் மௌனம் என அடிப்படையான உணர்வுகளுக்காக ஏங்கினான். கோழியைத் துண்டுபோட வைக்கப்பட்டுள்ள பீடக்கட்டையிலிருந்து தூரமாக ஓடிவந்த தலை வெட்டுப்பட்ட கோழியைப் போல், அவனிடம் சில நாட்களாக இருக்கும் இந்த ஆற்றலைப் பற்றி யோசித்தான். இது தன் உணர்விற்கு முற்றிலும் தொடர்பில்லாத ஒரு விஷயம் என்பதைத் தவிர வேறு எதுவும் அவனுக்குப் புலப்படவில்லை. இதுவரை கடந்துவந்த பகுதிகளின் அழகு, நீல நிறக் கடல்கள், தொங்கும் தோட்டங்கள், பழம்பெரும் காடுகள், மலைமீது அமைந்துள்ள புராதனக் கட்டடங்கள் இவற்றையெல்லாம் சாதாரணமான ஒரு தொடர் படக்காட்சியைப் போல் அவன் பார்த்தான். லோர்னாவோடு, அதுவும் அவளைத் திருப்தி செய்ய மேற்கொண்ட உல்லாசப் பயணங்களைத் தவிர, பொதுவாக பயணங்கள் அவனுக்குச் சலிப்பூட்டுபவையாக இருந்தன. உள்ளுக்குள் தீயொன்று கொழுந்துவிட்டு எரிந்துகொண்டிருந்தது. எனினும், அதன் மங்கலான ஜுவாலைகள், போலியான நினைவுகள், ஆழ்மனக் கட்டளைகள் ஆகியவற்றை மட்டுமே அவனால் உணர முடிந்தது. தன்னை யாரோ பயன்படுத்திக்கொள்வதாக நினைத்தான். தொற்றுநோய்க் கிருமிகளைப் பரவச் செய்யக்கூடிய இருமலை உருவாக்கி, மனிதர்கள், பன்றிகள் ஆகியவற்றின் நடவடிக்கைகளைத் தனக்கேற்றவாறு மாற்றியமைக்கக்கூடிய ஃப்ளூ காய்ச்சல் வைரஸ்போல், வாழும் உயிரினங்களின் பெரும் பகுதியினர்மீது, சிலந்தி மற்றும் அழையா விருந்தினர்களான பூச்சிகள், தொற்றுநோய்க் கிருமிகள் ஆகியவற்றின் ஆக்கிரமிப்புப் பற்றிய கட்டுரைகளை வாசித்திருக்கிறான். குளத்தில் வாழும் பூச்சிகள் அங்கு மிதக்கும் புழுமுட்டைகளைப் பாதிக்கும். தன்னை நீருக்குள் தள்ளும்வரை அவற்றின் வயிற்றுக்குள் வளர்ந்து

அந்தப் பூச்சிகளைத் தன் கட்டுப்பாட்டில் வைத்திருக்கும். அதாவது, தன் இனப்பெருக்கம் முழு வடிவம் பெறுவதைக் கண்காணிக்கும் கவலையில்லாமல் பார்த்துக்கொள்ளும்.

மரச்சட்டங்களுக்குள் அமைந்திருந்த ஜன்னல் வெளிச்சத்தை இமைகள் படபடக்கப் பார்த்தபடியே ஏதோ ஒரு கனவில் செதெரீக் மூழ்கிப்போனான். சார்ந்திருக்கும் மீனின் மொழிக்குப் பதிலாகப் புதிதாய் வந்துள்ள இந்தப் பயங்கரமான சிறிய கடல் உயிரி, பேசும் நடையையும் வார்த்தைகளையும் மாற்றிவிடுமா? இத்தாலியில் பேசும் இத்தகைய உயிரி இவனுக்கு மிகவும் உபயோகமாக இருந்து இருக்கும், அல்லது உலகின் அத்தனை மொழிகளையும் புரிந்துகொள்ளும்படி ஒரு வாயிலிருந்து மற்றொரு வாய்க்குத் தாவக்கூடிய ஏதாவதொரு பன்மொழிப் பறவை இருந்தாலும் நல்லது. இதோ, பல்வேறு நிறங்களில் கூட்டங்கூட்டமாகப் பறவைகள் அவனை வட்டமிட்டுத் தாக்கி, அவனுடைய மார்பின்மீது கொத்திக்கொத்தி, முகத்தைச் சுளித்துக்காட்டும் கோர்கான் உருவத்தைப் பச்சை குத்திக்கொண்டிருக்கின்றன.

முன்பின் பார்த்திராத இந்த அறையில் இறக்கப் போகிறோம் என்ற பயம் வரவே, விலா பக்க வலியுடன், பாதி இருட்டில் திடுக்கிட்டு விழித்து எழுந்தான். மேற்குப்புறம் இருந்த ஜன்னல் திரையை விலக்கத் தட்டுத்தடுமாறிச் சென்றான். இருள் கவியும் அயோனியன் கடலுக்கும் ஏற்கெனவே நட்சத்திரங்கள் சிதறிய நீல வானத்திற்கும் இடையில் உள்ள கடற்கரையின் பகுதியில் ஒளிகள் கோலமிட்டன. ஆனால், உண்மையில் இவன் யார்? உண்மையில், இவனுக்கென ஏதாவது இருக்கிறதா? தொடர்பு அறுந்த சிந்தனை ஏற்க இயலாது. அப்படி ஏற்பதானால், அதனைச் செயற்கை அறிவு என்னும் நிலையில்தான் வைக்க முடியும். கல்லூரியில் அரசியல், பொருளாதாரப் புலத்தில் கற்றவை அவனுடைய நினைவிற்கு வந்தன. “மனிதர்களின் பிரக்ஞை அவர்களுடைய இருப்பைத் தீர்மானிப்பதில்லை. மாறாக, அவர்களுடைய சமூக இருப்புதான் அவர்களின் பிரக்ஞையைத் தீர்மானிக்கிறது”.
கார்ல் மார்க்ஸின் நூல்களைப் படித்த பின், அவனிடமிருந்த வளரிளம் பருவத்தின் கருத்தியல் கோட்பாடுகள் முற்றிலுமாக அழிந்துவிட்டன. இன்று, பொருட்களோடு எவ்வித ஒட்டுறவற்றதொரு நிலையில்தான் அவன் இருக்கிறான். அதாவது, தனக்கென ஓர் அந்தரங்கம் அல்லது ஒருவித ஒத்திசைவுக்காக ஏங்கிக் கதிகலங்கி நிற்கும் நிலை. இனி ஆன்மா என்ற ஒன்று இல்லாமல் இருப்பது சாத்தியமா? உறுப்பு மாற்றுச் சிகிச்சைக்கு முன்பாக, தன்னை உயிர் மீட்புச் சாதனங்களிலிருந்து பிரித்துவிடும்படி வேண்டியதெல்லாம், இந்தப் பூமிக்கு அப்பால் உள்ள அந்த உலகை அடைய வேண்டும் எனும் தீவிரமான எதிர்பார்ப்பாகத்தான் இருக்க முடியும். இப்போது இருப்பதைவிட நன்றாக வாழ்வதற்காகத்தான் தற்கொலை செய்துகொள்கிறோம். ஆனால், அந்த எதிர்பார்ப்பிற்கு உடல் எதுவும் கிடையாது. எந்தத் தாய் அல்லது எந்தக் காதலி வந்து அவனிடத்தில் என்றும் தொடரும் காதல் கதைகளையும் தேவதைக் கதைகளையும் சொல்லிக்கொண்டிருக்கப் போகிறார்கள்? இந்த நொடியிலிருந்து, மரணம் என்பது ஐம்புலன்களை முழுமையாகப் பயன்படுத்த இயலாத

நிலையில் உள்ள இனம் புரியாத கடும் தூக்கமின்மை எனக் கருதுவது என முடிவெடுத்தான். அந்த உணர்வு மரணதண்டனை நிறைவேற்றப்பட இருக்கும் நாளுக்கு முந்தைய நாள் இரவில் கைதி அனுபவிக்கும் நிலையைவிடப் பன்மடங்கு அச்சுறுத்தக்கூடியதாகும். பார்க்கப்போனால், கடலின் வெளிச்சத்தின் மீது வைத்த கண்களை விலக்கிக்கொள்ளாமல் விடியலுக்காக அவன் காத்திருந்தான்.

அடுத்த நாள் அதிகாலையில், ஸிராகுயிஸ்க்குச் செல்லும் பாதையில் வழக்கத்திற்கு மாறான வேகத்தில் செதெரீக் சென்றுகொண்டிருந்தான். சிசிலியில் உள்ள அத்தனை மருத்துவமனைகளையும் பார்வையிட வேண்டும் என்னும் அவனுடைய நோக்கம், இத்தீவில் இருப்பதைவிட அதிக விசித்திரமானதாக அவனுக்குத் தோன்றவில்லை. அவனுக்கு எதிரில் வளைவுகளுக்குத் தகுந்தாற்போல் வலதுபுறத்திலிருந்து இடதுபுறத்திற்கு நழுவியபடி இருந்த எத்னா எரிமலை, அவன் கவனம் முழுவதையும் ஈர்த்தது. அக்காலத்தில் அவன் பார்த்த ஃபுயூஜி மலையைப் போல், இரண்டு கொம்புகள் வடிவில் உச்சியில் நீல நிறப் புகையோடு அந்த எரிமலை பிரம்மாண்டமாய்க் காட்சியளித்தது. வாசித்திருந்த மற்ற விஷயங்களும் நினைவிற்கு வந்தன. அகிரிழான்தின்டோ பகுதியின் பைத்தியம், எண்ணற்ற கைகளுடன் மெதுவாக நடக்கும் அந்தப் பேய்கள், நிலத்தில் திரியும் கழுத்தில்லாத தலைகள், தோள்பட்டை இல்லாத கைகள், நெற்றிகளைத் தேடி அங்குமிங்கும் தனியாக அலையும் கண்கள், மனிதத்தலையுடைய எருது இனம் அல்லது மாட்டின் தலையுடைய மனித இனம். முடிவின்றி எரியும் எரிமலைக் குழம்பிற்குள் நடனமிட்டபடியே இறங்குவதற்கு முன் முழங்கிய எம்பேடோக்கில்ஸின் சரியான ஆருடங்கள். இனி ஒருவர் வழியாக ஒருவரை இணையச்செய்து, அதன் மூலம் மலட்டுஅங்கங்களுடைய கலப்படமான உயிரினங்களாக உருவாக்க முடியாதா?

எரிமலை அருகில் வந்ததும், ஸிராகுயிஸை மறந்துவிட்டு, நெடுஞ் சாலையிலிருந்து விலகி கத்தானுக்குச் செல்லும் கிளைப்பாதையில் கடற்கரை நோக்கி செதெரீக் பயணம் மேற்கொண்டான். இது இத்தீவின் இரண்டாவது நகரம். மற்ற இடங்களைக் காட்டிலும் இந்த இடத்தில் முயன்றுபார்த்தால் என்ன? நினைவுகள் மங்கிப்போனாலும், நடமாடும் சக்தி அவனுக்கு இருந்தது. கடுமையான சூரிய ஒளியின் வெளிச்சத்தைப் பற்றி அவன் கவலைப்படவில்லை. நோய் எதிர்ப்புத் தடை தொடர்பான சிகிச்சையின் காரணமாக ஏற்படக்கூடிய மெலானோமா, கர்சினோமா போன்ற புற்றுநோய் அபாயங்கள் உள்ளன என்று எச்சரிக்கப்பட்டுள்ளதால், குறிப்பாக முகத்தை நன்றாகப் பாதுகாத்துக்கொண்டான். அந்த ஆல்ஃபா ரோமியோ காரை பிலேன் மரமொன்றின் நிழலில் நிறுத்தினான். வரும் வழியில் வாங்கிய ஓலைத்தொப்பியையும் கருப்புக் கண்ணாடியையும் அணிந்து வினோதமான தோற்றத்துடன் நகரின் மையப்பகுதியில் வெறிச்சோடிக் கிடந்த தெருக்களில் வெகுநேரம் திரிந்து கொண்டிருந்தான். கனிஸாரோ மருத்துவமனையின் அவசரப் பிரிவில், தள்ளுக்கதவுகளுக்கும் அவசர ஊர்தி செல்லும் பாதைக்கும் இடையில் அறுவைச்சிகிச்சை மையத்திற்குச் செல்லும் வழி இருந்தது. அங்கு நின்று புகைத்துக்கொண்டிருந்த

ஆண் செவிலியர்களிடம் தனக்குத் தெரிந்த குறைந்த அளவு இத்தாலிய மொழியில், அபத்தமாக ஏதோ குழறினான். அவர்களில் ஒருவன், சில பிரெஞ்சுச் சொற்கள் தெரிந்ததன் காரணமாக, மன நோய்ப் பிரிவிலிருந்து தப்பித்து வந்த ஒருவனுடன் பேசிக்கொண்டிருப்பதாக நினைத்தான்.

"ஸிஞ்ஞோரே, அந்தாத்தே பூரே ஆரிக்கியேதேரே அலத்தம்னிஸ்திராஸியோனே..." (சார், சாலை விபத்துக்குள்ளாகுபவர்கள், தினமும் நிறையப்பேர் வந்துகொண்டு இருப்பார்கள்!")

பல்கலைக்கழகப் பன்நோய் சிகிச்சை மையத்திலும் இரண்டாம் விக்டோரியா இமானுவேல் மருத்துவமனையிலும், இத்தகைய சந்தேகம் கலந்த தர்மசங்கடத்துடன்தான் அவனை வரவேற்றார்கள். மீண்டும் தன் காரில் ஏறிய செதெரீக், எத்னா எரிமலை ஆக்கிரமித்துள்ள உயரமான கரிசல் பகுதிக்குள் சென்று மறைந்தான். வெப்பம் கணக்க, எரிமலைக்கும் கடலுக்கும் இடையில் உள்ள சாலையில் எவ்வித இலக்குமின்றி வாகனத்தைச் செலுத்தினான். மலைக்குக் கீழே இருந்த நகரில் குறுக்கும் நெடுக்குமாகப் பல தெருக்களைக் கொண்டதொரு பாதை மூலம் திரும்பிக்கொண்டிருந்தான். அடுக்கடுக்காய் இருந்த பண்டைக்கால அரண்மனைகள், தேவாலயங்கள், நாடக அரங்குகள், பிரம்மாண்டமான நீர் ஊற்றுகள் ஆகியவற்றைச் சுற்றி இருந்த இருட்டான சிறிய தெருக்கள். கப்பல் துறைகள், கிடங்குகள், எரிமலைக்குழம்பால் உண்டான பாறைகள் ஆகியவற்றையும் கடந்துவந்தான். கருமணல் படர்ந்த கடற்கரை, ஒக்னினா வளைகுடா ஆகியவற்றைக் கடந்த பின் நீர்நிலைகளுக்கு மத்தியில் பறந்து விரிந்துள்ள களிமண் சேறு இருப்பதைப் பார்த்தான். முகத்துவாரத்திற்குச் சற்று மேலே இருந்த ஒரு விடுதி அவனுடைய கவனத்தை ஈர்த்தது. எனவே, ஸிபேத் நதியின் முகட்டில் இருந்த ஓயாசிஸ் விடுதியில் இளைப்பாறச் சென்றான். கொடிப்பந்தலின் நிழலில் ஆல்ஃபா ரோமியோ காரை நிறுத்திவிட்டு, தூக்கத்தில் நிகழும் இந்த அலைச்சல் முடிவுக்கு வர இருக்கிறது என்ற திருப்தியுடன் தன் உடைமைகளை எடுத்துக்கொண்டான்.

விடுதியின் கூடத்தில் பியரோதெல்லா ஃபிரான்ஸெ ஸட்கா படைத்த *'ஒரு தட்டில் தன் மார்பகங்களைச் சுமந்த ஆகாத்'* என்னும் ஓவியம், படிக்கட்டுகளுக்கும் பணம் செலுத்துமிடத்திற்கும் இடையில் மாட்டப்பட்டிருந்தது. துடைப்பங்களை வைக்கும் இடம் போன்ற நிலைப்பேழை ஒன்றிலிருந்து திடீரென ஒரு குள்ளமான பெண் வெளியே வந்தாள். ஆண்கள் அணியும் தொப்பியுடன் இருந்த அவளது தொடைகள் பெரிதாக இருந்தன. ஓவியத்தின் முன் நின்று ரசித்துக்கொண்டிருந்த பார்வையாளரைப் பார்த்துவிட்டு, *"ஆ கத்தானியா, அமியாமோ இ செனி தி சந்தகாத்தா அன்கே கொமெ தொல்ச்சி"* (கத்தானாவில் உள்ள எங்களுக்கு கேக் எவ்வளவு பிடிக்குமோ அந்த அளவு புனித சந்தகாத்தாவையும் பிடிக்கும்) என்றாள்.

26

ஆளரவமற்ற தீவு ஒன்றில் முழுமையாக நாடு கடத்தப்பட்டுக் கிடந்த கனவிலிருந்து வெளியேற்றப்பட்ட செதெரீக், சன்னமான குரலில், "உன் ஊமை உள்ளத்திற்குள் பாதுகாக்க வேண்டியது" என முணுமுணுத்தான். கைகளை ஊன்றியபடி நிமிர்ந்து உட்கார்ந்து, "உன் ஊமை உள்ளத்திற்குள் பாதுகாக்க வேண்டியது" என மீண்டும் சொன்னான். இதற்கு என்னதான் பொருள்?

விமான உறுமலுடன் சுழலும் ராட்சதக் காற்றாடியின் கீழ் வெற்றுடம்புடன், மூடிய ஜன்னல்களுக்கிடையில் 72 மணிநேர அசைவற்ற உடற்சோர்விற்குப் பின், அதிகமாக அடைபட்டுக்கிடப்பதை உணர்ந்தான். கோடை சுற்றுலாப் பயணிகள் அதிகமாகத் தங்கும் விடுதி ஒன்றில், இரண்டு முறை உணவு உண்ணும் நேரம் தவிர மற்ற நேரத்தில் இரவும் பகலுமாகத் தூங்கிக் கொண்டிருந்தால் விரைவிலேயே அவன் சந்தேகத்திற்கு ஆளாகும் சாத்தியமுள்ளது. மேலும் அவனுடைய மூட்டுகள் இறுகிக்கொண்டதைப் போல் உணர்ந்தான். முதியவர்களுக்கு ஏற்படுவதுபோன்ற கடும் கழுத்துவலி அவனை வாட்டியது. அப்போது ஒலித்த தொலைபேசி மணியால் அவனுக்கு முழுமையான விழிப்பு வந்தது. தொப்பியணிந்த குள்ளமான பெண், அவனுக்குப் *பாரிகி* (பாரீஸ்) அழைப்பு காத்திருப்பதாக அறிவித்தாள். கொஞ்சம் நேரம் கழித்து, குறுக்கீடுகளுக்கிடையில் ஒரு குரல் விட்டுவிட்டுக் கேட்டது.

"செதெரீக். நான் சொல்வது கேட்கிறதா?"

மௌனமாக இருந்தான். ஒருவிதமான செயற்கைத் தன்மையும் விசுவாசமின்மையும் கலந்த கவலை ஒருபுறம், எவ்வித ஈடுபாடுமற்ற மகிழ்ச்சி ஒருபுறம்.

"உன் அப்பா சென்ற திங்கட்கிழமை இறந்துவிட்டார். ஜெனிவாவில் நேற்று அடக்கம் நடந்தது. கேட்கிறதா? நீ திரும்பியாக வேண்டும். உன்னைத் தேடுகிறார்கள்".

"என்ன. என் அப்பா இறந்துவிட்டாரா? உண்மையில் நீ தானா லோர்னா?" பல ஆண்டுகளாக மறந்துபோயிருந்த உலகத்தை மீண்டும் நினைவிற்குக் கொண்டுவந்தவனாய்க் கத்தினான்.

“சீக்கிரமாக, ஒரு விமானத்தைப் பிடித்துத் திரும்பி வந்தாக வேண்டும். கத்தானியாவில் நீ ஆபத்தில் சிக்கியிருக்கிறாய்.”

“நான் இங்கு இருப்பது உனக்கு எப்படித் தெரியும்?”

“டியுரென், திரியேஸ்த், ரோம், சிசீலியா? உன் ஏ.டி.எம்.—மில் பதிவான பரிவர்த்தனை விவரங்களை வைத்துத்தான். இது ஒன்றும் சிரமமில்லை. மேலும், காணாமல் போனவர் குறித்த அறிவிப்பு ஒன்றும் வெளியிடப்பட்டுள்ளது. நேற்றிலிருந்து உன் நிழற்படம் எல்லா ஊடகங்களிலும் வலம் வருகிறது. அமெரிக்கத் தொலைக்காட்சியொன்றிற்கு அளித்த பேட்டியில், இது ஓர் ஆட்கடத்தலாக இருக்குமோ என ழொர்ழியோ கதாவெரோ அச்சம்தெரிவித்துள்ளார். அவர் நினைப்பதில் தவறில்லை. உன் தலைக்கு விலை குறித்திருப்பார்கள். தற்சமயம், உன்னைச் சுற்றிக் கொலைகாரர்களைக் கொண்ட இரண்டு குழுக்கள் பின்தொடர்கின்றனர். இரண்டுமே அதே . . .”

“நீ எங்கு இருக்கிறாய்? எனக்கு எதுவும் புரியவில்லை.”

“எல்லாவற்றையும் உனக்கு நேரில் சொல்கிறேன். முடிந்தவரை வெளியில் தலைகாட்டாமல் இரு. நீ எங்கிருந்தாலும் அங்கு வந்து உன்னை அழைத்துவருகிறேன். நீ ஒரு பெரிய அபாயத்தில் மாட்டிக்கொண்டிருக்கிறாய். நான் சொல்வது கேட்கிறதா?”

வெர்சுவாவில் உள்ள வீட்டில் அவனுடைய அப்பா தன்னிடம் கூறிய விஷயங்களை லோர்னா அவனிடம் விரைவாகச் சொல்லிமுடித்தாள். ‘எவாஸியோன்’ சுற்றுலாக் கப்பலில் நடந்த விபத்து நிச்சயமாக மகன்மீது மேற்கொண்ட கொலை முயற்சிதான். எம்.ஏ.டபிள்யூ. மருந்துத் தொழிற்சாலை களின் வாரிசு என்பதைவிட மருந்துத் தொழிற்சாலைகள், பெட்ரோலிய நிறுவனங்கள் ஆகியவற்றின் பெரும் எதிரி எனும் வகையில் பத்திரிகையில் தொடர் பத்திகள் எழுதுபவனாகவே அவன் குறிவைக்கப்பட்டுவருகிறான்.

“ஆனால், இதைவிட வேறு ஒரு விஷயமும் இருக்கிறது...” என்று அவள் சொல்லிக்கொண்டிருக்கும்போதே பெரும் சீழ்க்கை ஒலியுடன் தொடர்பு துண்டிக்கப்பட்டது.

குளியலறைக் கண்ணாடியின் முன், வெற்றுடம்புடன் நின்றிருந்த செதொீக், தூக்கிலிடப்பட்ட கைதியின் கழுத்தில் உள்ள கயிறுபோல் நன்கு பதிந்திருந்த தன் கடினமான தழும்பைக் கவனித்தான். உறுப்பு மாற்றுச் சிகிச்சைக்குப் பின் அவனிடம் சில மாற்றங்கள் ஏற்பட்டிருந்தன. வயது மூப்பு, அதிர்ச்சி, மனநிலைப் பாதிப்பு போன்ற காரணங்களால் தசையில் ஏற்படக்கூடிய சில மாற்றங்கள் குறித்து முக அறுவைச்சிகிச்சை நிபுணர் ஒருவர் அவனிடம் விவரித்துள்ளார். உடல், மனம் ஆகிய இரண்டின் நிலையிலும் எவ்வித உருவ ஒற்றுமையும் இல்லாமல் போய்விடும். அவனுள் நிகழ்ந்தவை அனைத்தும் தன்னிலை மறந்ததொரு மனச்சிதைவின் காரணமாக இருக்க வேண்டும். அதாவது, சிஸ்ஸோஃப்பிரேனியா என்னும் மனச்சிதைவு நோய் என்றே சொல்ல வேண்டும். தன் பட்டறையில் வைத்து வண்ணம் தீட்டுவதற்காகப் பிரபல பிரெஞ்சு ஓவியரான

ழெரிக்கோ, மருத்துவ மாணவர்களின் உதவியோடு பிணவறையிலிருந்து கொண்டுவரும் வெட்டுண்ட தலைகளில் ஒன்றைப் போல் இவனும் ஓர் ஆய்வுப் பொருளாகிவிட்டான். இவன் கீழ் உள்ள இந்த வீரியமான உடல், லாவகமான மாற்று உறுப்பு அல்லது ஒரு மாயக் காட்சிப் பொருள் என்றே கருத முடிகிறது. எப்படியோ இது இந்த இடத்திலிருந்து தப்பித்து ஓடவாவது பயன்படும். ஏனெனில், கத்தானியாவில் இவனை ஏறக்குறைய நிறையப் பேர் பார்த்திருக்க வாய்ப்புண்டு. கூடிய விரைவில் இவன் ஸிராகுயிஸ்ஸை நோக்கிச் சென்றாக வேண்டும்.

விடுதியின் வரவேற்புக் கூடத்தின் அருகில், கையில் சிறுபெட்டியுடன் நின்ற செதெரீக், தனக்கு வணக்கம் தெரிவிக்க ஆர்வமாக ஓடிவந்த அலுவலருக்கு அதற்குச் சன்மானமாகப் பணம் கொடுத்தான். துடைப்பம் போன்ற சுத்தம் செய்யும் பொருட்களை வைக்கும் இடத்திலிருந்து எழுந்துவந்து கையைப் பிடித்த வேகத்தில், அவனுடைய தொப்பி பறந்துசென்று தரையில் விழுந்தது.

“எலெய், இல் த்ராப்பியாந்தாத்தோ! கே ஒனொரே பெர் லா நோஸ்த்ரா இஸ்திதுத்ஸியோனே. பெர்மெத்திச்சி தி ப்ராந்ரே உனா ஃபோத்தோ தி வோய் தவாந்தி அல்லோத்தேல்...” (நீங்கள்தான் உறுப்பு மாற்றுச் சிகிச்சை செய்துகொண்டவரா! எங்கள் நிறுவனத்துக்கு எவ்வளவு பெருமை தெரியுமா. எங்கள் விடுதியின் எதிரில் நின்றபடி உங்களுடன் ஒரு நிழற்படம் எடுத்துக்கொள்ளலாமா?)

இந்தக் குழப்பான சூழ்நிலையிலிருந்து அச்சத்துடன் செதெரீக் வெளியேறினான். ஸிமேட்டோ நதியின் ஒயாஸிஸ் விடுதி அவன் பின் மறைய, மீண்டும் நகருக்குத் திரும்புவதைத் தவிர்த்து, நெடுஞ்சாலையை நோக்கிச் செல்லும் வேறு ஒரு கிளைப் பாதையைத் தேர்ந்தெடுத்தான். தொலைபேசியில் பேசிய லோர்னா என்ன சொல்ல விரும்பினாள்? எவ்வித அறிகுறியுமின்றி ஏற்படும் உடலின் கடும் ஒவ்வாமை காரணமாக நேரக்கூடிய அபாயத்தைக் காட்டிலும் வேறு எதற்கு இவன் அஞ்ச வேண்டியிருக்கும்? கலப்பின உயிர் அல்லது தன்னையே நகலெடுத்த ஒருவிதமான மாதிரிப் படிவம் என்ற நிலையில், மருத்துவ உலகில் தனக்குக் காத்திருக்கும் மோசமான விளைவுகள் குறித்து அனைத்து விஷயங்களையும் இவன் அறிந்து வைத்திருந்தான்.

ஆல்ஃபா ரோமியோ வாகனத்தைச் செலுத்தியபடி வெறிச்சோடிய சாலைகளைக் கடந்து விரைவாக எரிமலை அருகில் செதெரீக் வந்துசேர்ந்தான். சூரியன் உச்சியில் இருந்தது. காற்றின் வெப்பத்தில், அவன் எதிரில் இருந்த மலை அதிர்ந்துகொண்டிருந்தது. சாலையின் முதல் நாற்சாலை சந்திப்பு வந்தடைந்ததும், அங்கிருந்த கத்தான் கெஸ்துயிர் எனும் பறக்கும்படையின் கண்காணிப்புப்பிரிவு இவனை உள்ளே அனுமதிப்பதற்கு முன் விசாரித்தது. சாதாரணமாக வந்துபோகும் பிரெஞ்சுச் சுற்றுலாப்பயணி எனக் கண்டுகொண்டு, காவலர்கள் இவனிடம் வருத்தம்தெரிவித்தனர். அவர்களில் ஒருவன், அப்பகுதியில் உள்ள ‘மோசமான குடும்பங்கள்’, கடத்தல், கொலைகள் பற்றிக் குறிப்பிட்டான். அவனுடைய ஆவணங்களைக்கூடக் கேட்கவில்லை. இதனிடையில்,

இந்தச் சம்பவம் ஏற்படுத்திய குழப்பத்தில் வழியைத் தவறவிட்டான். இப்போது நகரின் மையப்பகுதியை நோக்கி ஒருவழிப்பாதையில் பயணிக்கத் தொடங்கியிருந்தான். வெந்நீர் தொட்டியில் விழுந்ததுபோல், காய்ச்சல் அதிகமாக இருப்பதை உணர்ந்தான். பின்கழுத்திலும் உடலிலும் உண்டான வியர்வை அவனுடைய தழும்பைச் சுற்றி வழிந்தோடியது. முகப்புகளுக்கிடையில் மட்டும் இருட்டுத் திட்டுக்களுடன் வெளிச்சம் பரவியிருந்த கத்தானியா பகுதியிலுள்ள துறைமுகத்தின் சிறிய தெருக்களின் உள்ளே புகுந்தான். எத்னெவுக்குச் செல்லும் வழி வந்தடைந்ததும் கடுமையான தாகம் உண்டாகவே, சாலையோரமாக உள்ள பெரிய நடைபாதையின் முனையில் வாகனத்தை நிறுத்த வேண்டியதாயிற்று. அங்குமிங்குமாகச் சிலர் நடமாடிக்கொண்டிருந்தனர். எதையும் யோசிக்காமல், தூண் ஒன்றைத் தாங்கிப் பிடிக்கும் எரிமலைக்குழம்பினாலான யானைச் சிலையோடு காட்சியளித்த பளிங்குகல் நீரூற்றுவரைத் தள்ளாடிய படியே சென்றான். தலை சுற்றவே, மூர்ச்சையாகி நீரூற்றின் மத்தியில் குப்புற விழுந்துவிட்டான். பரபரப்படைந்த கூட்டத்தினர், சுற்றி நிற்கத் தொடங்கினர். அங்கிருந்த சிறுவன் ஒருவன், "தண்ணீரில் மூழ்கிவிட்டார்" என்று கூக்குரலிட்ட பின்தான் அவனைக் காப்பாற்ற யாரோ ஒருவர் ஓடிவந்தார். முதலுதவி தருவதில் அனுபவமிக்கவர் என சொல்லிக்கொண்டு ஒருவர், அவனுடைய சட்டையைக் கலைந்தார். செதெரீக் இப்போது எல்லோரும் பார்க்கும்படி இடுப்புவரை வெற்றுடம்போடு இருந்தான். கழுத்து, தொண்டைப் பகுதிகளைச் சுற்றி ரப்பர்போல் இருந்த அந்த வைன்நிறத் தழும்பும் தெரிந்தது. அவனுக்கு நினைவுதிரும்பியதும், அவனைச் சுற்றிக் குனிந்திருந்த முகங்களில் வெறுப்பைவிட ஆர்வம் அதிகம் தெரிந்தது. குடிகாரன் அல்லது மனநோயாளி ஒருவர் உடல் தெரிய விழுந்து கிடந்தால் அவர்மீது விழும் ஒருவகை சந்தேகப்பார்வையும் அதில் இருந்தது. சிலர், அனுமானத்தின் காரணமாக, கூச்சமின்றி அவனுடைய உடலின் கீழ்ப்பகுதியை நோட்டமிட்டனர். நவீன ஃபிரான்கென்ஸ்டேயின்களின் படைப்பு உயிரினம் ஒன்று அவனுள் இருப்பதை அவர்கள் அடையாளம் கண்டுவிட்டார்களா? இறுக்கமான கருப்பு உடை அணிந்திருந்த மாநிறமான இளம்பெண் ஒருத்தி, அந்தக் குளத்தில் கிடந்த அவனுடைய குளிர்க் கண்ணாடியை எட்டி எடுத்தாள். ஏதோ அவனுடைய கண்களையே ஒப்படைப்பது போல் அவ்வளவு பயபக்தியோடு அவனது கைகளில் அதைத் திணித்தாள். எழுந்து நின்று செதெரீக் காலர் பொத்தான்களைப் போட்டுக்கொண்டான். யானைச் சிலையின் நிழல் படரும் இடத்தில் கூடியிருந்த அந்தத் திடீர் கூட்டத்தினரைப் பார்த்துச் சங்கடத்துடன் வணக்கம் சொல்லி, எத்னே செல்லும் பாதையை நோக்கிச்செல்ல வெளியேறினான். அப்போது அவசர ஊர்தியின் சைரன் ஒலி அருகில் ஒலிப்பது கேட்டது. இன்னும் ஈரம் சொட்டிக்கொண்டிருந்த தலைமுடியுடன் காருக்குள் ஏறினான். அவன்மீது அனைவரும் வீசிய பார்வையைவிடவும், வெய்யில் காரணமாக ஏற்பட்ட மயக்கத்தைவிடவும், நீர் ஊற்றின் அருகே இருந்த இந்த இளம்பெண் தன் அருகில் நெருங்கி வந்ததே அவனை அதிகம் பாதித்தது.

“உங்களை எனக்கு அடையாளம் தெரிந்துவிட்டது.” அரைகுறை பிரெஞ்சில் அவன் காதருகில் வந்து அப்பெண் சொன்னாள். “நீங்கள் துய்ரேன் நகரைச் சேர்ந்தவர்தானே. அதுதான் அந்த . . .” வாக்கியத்தை முடிக்க முடியவில்லை. அகல விரிந்திருந்த, அவளுடைய பொன் அல்லது கந்தக நிறக் கண்கள், வலது கையால் காட்டிய புதிரான சைகை, கழுத்தை அறுப்பது போன்றோ, தலையை வெட்டிவிடுவதைப் போன்றோ தோன்றியது. அவளது முகத்தில் கண்ணீர் வழிந்து ஓடியது. தேவாலயத்திலிருந்து தப்பிவந்த கத்தானியாவின் புனித அன்னையாக இருக்குமோ? பிய்த்தெறியப்பட்ட மார்பகங்களுடன் வந்த அக்கன்னி, தலை வெட்டுண்ட பரிதாபத்திற்குரிய பாவிக்கு ஆறுதல் கூற வந்தவளா? தனக்கு உண்டான பயத்தை நினைத்து வேடிக்கையாகவும் இருந்தது. அந்த நேரத்தில், அப்போலினேர் எழுதிய கவிதையின் சில வரிகள் செதெரீக்கின் நினைவிற்கு வந்தன. கொளுத்தும் வெயிலில், அவன் முகத்திற்குச் சில சென்டிமீட்டர் தூரத்தில், மிக அருகில் நிகழ்ந்த அவளுடைய உடல் நெருக்கம் அவனுக்குச் சங்கடத்தை ஏற்படுத்தவே, தன்னிடம் அவளுக்கு என்ன வேண்டும் என்று கேட்டான். அந்தப் புகழ்பெற்ற கவிதை எதுவாக இருக்கும்?

“நீ யார் என்று எனக்குத் தெரியும்” என்றவள், உடனடியாகச் சுதாரித்துக்கொண்டு பன்மையில், “நீங்கள் யார் என்று தெரியும். ஒருவகையில் உங்களுக்காக நான் காத்துக்கொண்டிருந்தேன். வேறு வழியில்லை. அது சாத்தியமில்லை.”

அவள் சொல்வதைக் கவனிக்காமல், செதெரீக் எர்க் அவளையே பார்த்துக்கொண்டிருந்தான். நரிபோன்ற அவளுடைய அழகினால் ஏற்பட்ட சலனம் ஒருபுறம், அதிகம் அசைந்ததில் மங்கலாகத் தெரியும் ஒளியின் மாற்றம் ஒருபுறம். தேவாலயங்களிலிருந்து வெளிவரும் காய்ந்த ரோஜாக்கள் மற்றும் வத்திப் புகையின் வாசனை, அடையாளம் தெரியாத இந்த மக்கள் ஆகியன்வும் அவனுக்கு ஏமாற்றத்தை அளித்தன. அப்போது, அவனுக்கு நினைவிற்கு வந்த இரண்டு வரிகள்:

விடைபெறுகிறேன் விடைபெறுகிறேன்
வெட்டுண்ட தலையுடைய சூரியனே.

27

அவனுடைய மயக்க நிலைக்குப் பின் நடந்தவை அனைத்தும் குடி மயக்கம் அல்லது போதை மருந்தின் தாக்கம் போன்ற நிலையில் ஏற்பட்டவையாக இருந்தன. அவற்றைப் பற்றி இங்கொன்றும் அங்கொன்றுமாகத் தெளிவற்ற நிலையிலேயே நினைவிற்கு வந்தன. ஆனால், அவை விழித்திருந்து பார்க்கும் காட்சிகளைவிடத் தத்ரூபமாகத் தோன்றும் கனவுகளைப் போல் இருந்தன. குறுகிய சந்துகள், படிக்கட்டுகள் என வளைந்து சென்றதொரு பாதை வழியாக அவனை அனந்தா அழைத்துச்சென்றாள். அவனுடைய கையைப் பிடித்துக்கொண்டு, காதருகில் வந்து, “என் வீட்டில் தேவாலயத்தின் இதம் கிடைக்கும். நீ ஓய்வெடுக்கலாம்” என்றாள். தன் உடைமைகளையும் எடுத்துச் செல்ல வேண்டிய அவசியத்தை அவன் உணர்ந்தான். ஆல்ஃபா ரோமியோ காரில் பயணித்து கத்தானின் பரபரப்பான பகுதியான லிப்ரினோவை ஒருவாறு சென்றடைந்தார்கள். சுவாசிப்பதில் உள்ள சிரமத்திற்கும் மனதில் ஏற்பட்டுள்ள குழப்பத்திற்கும் தொடர்பு இருக்குமா? அதனை இயல்புநிலைக்குக் கொண்டுவர, சுவாசிக்கும் காற்று அவனுடையதாக இருக்க வேண்டும். ஆனால், எதுவும் அவனுக்கு மட்டுமே உரியதாக இல்லை. இந்த உடலின் எந்தப் பகுதியையும் அவன் பயன்படுத்தவோ அனுபவிக்கவோ முடியாது. அவனுடைய மூளை வேறு ஒரு நாளமில்லாச் சுரப்பியின் பிடியில் உள்ளது. ஏராளமான ஆர்மோன்களின் எதிரில் கோடிக்கணக்கான நியோரோன்கள் என்ன செய்துவிட முடியும்? அவனுடைய உணர்வைத் தியாகம்செய்து உறுப்புகளை ஒருங்கியக்கி இயல்பாகச் செயல்படவைக்க மருந்து வேதியியலின் மூலக்கூறு இயக்குமுறை முயன்றது.

நோய் எதிர்ப்பு மருந்துகள் தன் தலையைக் குறிவைத்து விட்டன எனும் விஷயம் அவனுக்குப் புரிந்துவிட்டது. தலை என்பது மாற்று உறுப்பான ‘அவன் அல்லாதது’. சப்தங்களைக்கூட அவன் உள்வாங்கிப் பின் அவற்றை மூளையின் குரல்களாகவோ ஆன்ம சொற்களாகவோ மாற்றி வரித்துக்கொள்ள வேண்டும். அதாவது வேறு ஒரு புரிதல் அமைப்பின் தொடர் எதிரொலிகளாக அவற்றைக் கருத வேண்டும்.

அனந்தாவின் அறையில் எத்தனை நாட்கள் அல்லது வாரங்கள் அடைக்கப்பட்டுக் கிடந்தான்? காலம் எனும் கருத்தமைவு என்பது உணர்வுகள்மீது ஓரளவு ஆளுமை செலுத்துவதன்மூலமே சாத்தியமாகும். ஆனால், நேரமும் திசையும் அவன் வசப்படவில்லை. அரைமயக்க நிலையில், தான் பார்க்கும் பொருளே, நிழல் ஒன்றின் ஆயிரம் கீற்றுகளுக்கிடையில் உள்ள பொருள் போன்று மாறிவிடுகிறது. அவன் அனுபவித்தது, ஒருவிதமான ஏகாந்த நிலை அல்லது சித்திரவதை போல் இருந்தது. ஏனெனில், எவ்வித ஈவு இரக்கமின்றி வெறியுடன் ஒரு சிறு குழந்தையைப் போல் அவனை அபகரித்திருந்தாள். கருத்த முகத்தின் கீழ் திண்ணிய மார்பகங்கள்; மையால் தீட்டியதுபோன்ற மிகப் பெரிய குத்திட்ட கண்கள்; சுறுசுறுப்பாக இயங்கும் உயரமான பெண் அவள். அந்த எரிமலைக் குழம்பினாலான யானைச் சிலையின் கீழ் நினைவின்றிக் கிடந்தபோது, அவனது கையில் பச்சைகுத்தப்பட்டிருந்த கோர்கோன் உருவத்தைப் பார்ப்பதற்கு முன்பாகவே அவனை அவள் அடையாளம் கண்டுகொண்டிருந்தாள். அவளுக்கும் அவனுக்கும் இடையில், முதல் பார்வையிலேயே உணர்வு கொந்தளித்தது. இந்த விரும்பத்தக்க உடலை ஒரு மாமிசப் பட்சிணியைப் போல் அவள் கையகப்படுத்தினாள். அவனுடைய தழும்புவரை உள்ள தேகத்தைக் கவ்விக், கடித்தாள். நாக்கு, உதடுகள் ஆகியவற்றைக் கொண்டு தசைகளின் மடிப்பைக்கூட நக்கினாள். விரல்களையும், ஆண் உறுப்பையும் விழுங்கினாள். உறுப்பைத் தொடையிலும் கைகளிலும் வைத்துக் கசக்கினாள். காணாத கண்களையும் வைத்துக்கொண்டு தனிமையான இரவில் என்ன செய்வது? "அலெஸான்திரோ!" என அவனை நோக்கிக் கத்தியவள், சற்று நேரத்திலேயே மௌனமானாள். நள்ளிரவின் உறுமலுக்கும், ஜன்னலின் கும்மிருட்டிற்கும் இடையில் நீண்ட நேரமாக இப்பெயரை உச்சரித்தபடியே இருந்தாள். திடீரென நிமிர்ந்து உட்கார்ந்தவள், கலைந்திருந்த கூந்தலுடன், நிலையற்ற இந்தக் குறுகலான சதைப்பிண்டத்தை உற்று நோக்கி, அவனுடைய மார்பைப் பிறாண்டினாள். உடம்பை இறுக்க அணைத்து உரத்த குரலில் புலம்பிக்கொண்டே இருந்தாள்.

"மாயி பியுச்சி செப்பாரேரேமோ." (நாம் என்றும் பிரியப்போவதில்லை) இதை மட்டும்அவள் தலையை ஆட்டியபடி நூறுமுறை சொல்லியிருப்பாள். *"மாயிப் பியு அமோரே மியோ"* (என்றும் . . . என் அன்பே)

நீரூற்றின் அருகில், வெற்றுடம்பாய்த் தன் காதலன் கிடந்த அக்கோரக் காட்சி அவளை நிலைகுலைய வைத்துவிட்டது. அந்தரங்கமான பாலுணர்வின் மௌனத்தில் தஞ்சமடைந்தாள். அலெஸான்திரோவின் குரலை அவளால் அடையாளம் காண முடியவில்லை. ஆனால், அந்த உறுதியான கைகள் அவனுடையவைதான். அதேபோல், அவளது கைகளில் எழும்பி நிற்கும் அவனுடைய ஆண்குறி, அவன் அக்குள்களின் மயக்கந்தரும் அபின் நெடி அனைத்தும் அவனுடையவைதான். சுருக்கங்கள், மடிப்புகள், சிறு மச்சம் உட்பட எதையும் விடாமல் அவனுடைய தேகம் முழுவதையும் அங்குலம் அங்குலமாக மீண்டும் ஆராய்ந்தாள். உப்பிய அவளுடைய மார்பகங்களை அவனுடைய பிட்டங்களின் மீது வைத்துத்

அழுத்தித் தேய்த்தாள். முதுகெலும்புகளைப் பிரிக்கும் இரண்டு தசைத் தொகுதிகள், முதுகின் கீழுள்ள சிறுபள்ளம் ஆகியவற்றின் மீது தன் உதடுகளையும் எச்சிலால் ஈரமான முகத்தையும் பதித்து அழுத்தினாள். அவனது அகலமான கைகளிடமும், மணிக்கட்டில் புடைத்திருக்கும் ரத்த நாளங்களிடமும், அவனுடைய மார்புக்கூட்டிற்கு மத்தியில் உள்ள இதயத்தின் அருகிலும் சென்று இனம்புரியாத வார்த்தைகளைக் கூறினாள். விறைத்திருக்கும் இந்த ஆண் குறி தன்னுள் இறங்கி, ஆழமாகப் புணர்ந்து தனக்கொரு குழந்தையைத் தர வேண்டும் என ஏக்கத்துடன் வேண்டினாள்.

தலையணை மீது கழுத்தின் பின்பகுதி அழுந்தியிருக்க, பல மணி நேரமாக அப்படியே கிடந்ததன் காரணமாக, வலியுடன் கூடிய பல உணர்வுக்கலவைகள் தோன்றின. காட்சிமின்னல்கள், எண்ணச்சிதறல்கள், கனவுத்துளிகள் ஆகியவை இந்த உடற்கூற்றின் பதிவுகளில் அடங்கி யிருந்தன. திசை தெரியாத கப்பல் ஒன்றின் கொதிகலன்கள் மற்றும் மோட்டார்கள்போல, விடியற்காலையிலிருந்தே தொடர்ந்து தரையை அதிரவைக்கும் சப்தம் கேட்டுக்கொண்டிருந்தது. மர உத்திரங்களில் தொங்கும் ஏராளமான வௌவால்கள் மூச்சிறைக்கும் சப்தத்தை, விரைந்து கவிந்த இரவுகள் மென்மையாக வெளியிட முயல்வதைப் போல் தோன்றியது. அருகில் யாரும் வசிப்பதுபோல் தெரியவில்லை. உலோகம் அல்லது இரும்புப் பட்டறை, குதிரை லாயம் என ஏதோ ஒரு தொழிற்சாலையின் மேல்தளத்தில் இந்தக் குடியிருப்பு அமைந்திருக்க வேண்டும். மேலே ஏற்பாடு செய்யப்பட்டிருந்த இந்த அறைக்கு வருவதற்கென பிரத்தியேகமாக ஒரு படிக்கூண்டும் இருந்திருக்கும்.

விரைவாகக் கலைந்துவிடக்கூடிய இறுக்கமான ஆடையுடன் உடல் தெரியக் காட்சியளித்த அனந்தா, கையில் சாவிகளுடன் போவதும்வருவதுமாக இருந்தாள். தேவையான உணவு, மது, சிகரெட்கள் ஆகியவற்றைக் கொண்டுவந்தாள். இவ்வளவு வேட்கையுடைய காதலியை அவன் அறிந்திருக்கவில்லை. தன் உடலின் சதைத் தொகுதியைத் தன்னிடம் சிறைப்பட்டுள்ளவனின் உடலோடு கலக்க வேண்டும் என்ற மும்முரத்தில், திகில் அல்லது பீதியில் அவளுடைய முகத்தோற்றம் மாறிவிட்டது. வைக்கோல் சுற்றப்பட்டிருந்த பாட்டில்களிலிருந்து ஊற்றப்பட்ட கருப்பு வைனை உட்கொண்ட போதை அனந்தாவிடம் எப்போதுமே கொஞ்சம் இருந்தது. அவன் எதிரில் இருந்தபடி ஒவ்வொரு கோப்பையாக அருந்தியபோது ஒரு கட்டத்தில் துயரத்துடன், *“சே நோனாய் மாய் மீ பேவூத்தோ உனா கோஒச்சாதி டி அல்கோல், மாய், மாய்...”* (நீ ஒரு சொட்டுகூட குடித்ததில்லை, ஒருபோதும் கிடையாது...) நீ இதுவரை குடித்ததில்லை என எனக்குத் தெரியும் அலெஸான்திரோ” என்று திரும்பத் திரும்பப் புலம்பினாள்.

ஒருநாள் காலை, ஓரளவு தெளிவாகச் சிந்திக்கும் நிலை வந்ததும், தனக்குப் போதை மருந்து கொடுக்கப்பட்டிருக்க வேண்டும் அல்லது இவ்வுடலின் நரம்பு மற்றும் உடலியக்க அமைப்பிலிருந்தும், அதிகாரமிக்க இந்தக் கட்டுமானத்தில் கொஞ்சம் கொஞ்சமாக நிலைபெற்றுவிட்ட

தன்னிச்சையாகச் செயல்படும் தன்மையிலிருந்தும் அவனை ஏதோ ஒரு செயல்திட்டத்தின்மூலம் அந்நியமாக்கியிருக்க வேண்டும் என உணர்ந்தான். தன்னிச்சையாகச் செயல்படவென அவனிடம் என்ன எஞ்சியுள்ளது? உள்ளுணர்வுகளிடமிருந்து வினோதமான சமிக்ஞைகளைப் பெற்றுவருகிறான். இந்த உள்ளுணர்வுகள், அனிச்சையான செயல்கள் ஆகியவற்றின்மூலம் சுயமாகச் சிந்திக்கும் திறன் இப்போதும் அவனிடத்தில் உள்ளதா?

ஜப்பானின் புகழ்பெற்ற 'ஹரா' என்னும் வயிற்றின் அறிவுத்திறன் குறித்து வெகு நாட்களுக்கு முன்பாகச் சில செய்தித் துணுக்குகளை அவன் வாசித்திருக்கிறான். அது பலம் பொருந்திய மூளைக்கு மாறான ஓர் உடல் உணர்வு. ஒரு விதவை அல்லது எரிமலையின் பிடியில், இப்பகுதியின் தாக்கத்தில் மயக்க நிலையில் அவன் இருக்கும் நாளிலிருந்து, அரூபமான நோக்கத்தின் கைப்பாவையாகித் தன்னை அறியாமலேயே சிந்திப்பதாக உணர்ந்தான்.

இத்தகைய பேராபத்திலிருந்து தப்பிக்க முடியுமா? இரக்கமற்ற இந்த யுத்தத்தில் தசைகளையும் உறுப்புகளையும் ஆட்கொண்ட ஆக்ரோஷமான ஆக்கிரமிப்பு இது. மெதுவாக நிகழும் மிக முக்கியமான இக்கட்டத்தில் அவனுடைய சக்தியில் ஒரு பகுதி அவனைக் கைவிட்டுவிட்டது. அலெஸான்திரோவின் தலை துண்டிக்கப்பட்ட இவ்வுடல், முரட்டுக் கொள்ளையன்போல், தன் நினைவுக்கேயுரிய குறியீடுகள், சொற்கள், படங்கள் ஆகியவற்றைப் பயன்படுத்தாது என்பதை எவ்வாறு சந்தேகிப்பது? அங்கே சிறை வைத்திருக்கும் அனந்தா, தன்னைத் தனிமையில் விட்டுச்செல்லும்போது, வெற்றுடம்போடு, வியர்வையில் நனைந்து எரிச்சலில் வதைவான். மூடிய ஜன்னலின் இருட்டில் அங்கும்இங்கும் தள்ளாடியபடி அலைவான். அந்நியமான இந்த இடங்களுடன் அவனுக்கு நகைமுரணானதொரு நெருக்கம் ஏற்பட்டுள்ளதை உணர்ந்தான். மேஜை, நாற்காலிகள், இரும்புப்பெட்டிகள் அடைத்துக்கொண்டிருந்த பக்கத்து அறையில், புகைப்பட ஆல்பம் ஒன்றைக் கண்டெடுத்தான். ஒரு படத்தில், இப்போது முகத்தில் உள்ள இறுக்கம் இல்லாமல், தன் இனிய துணையுடன் சிரித்த முகமாக இருந்தாள். மீதமிருந்த படங்களில் மோட்டார் பைக் ஓட்டுபவருக்கான சீருடையில், தலைக்கசவத்தைக் கையில் அணைத்தபடி அல்லது இத்தாலியக் கடற்கரையொன்றில் நீச்சல் உடையில் எனப் பல்வேறு தோற்றங்களில் இருந்த அலெஸான்திரோவையும் அடையாளம் காண்பதில் அவனுக்குச் சிரமம் இருக்கவில்லை. அகலமான மார்பு, நெடிய உடலமைப்பு, நீல நிறத்தில் பச்சைகுத்தியிருந்த மூன்று வளையக் குறியீடு ஆகியவற்றோடு இதே உடம்புதான் அது. அவனுடைய ஆர்வம் விரைவிலேயே ஏற்கெனவே பார்த்ததுதான் எனும் உணர்வாக மாறிப்போனது. எனினும், அந்த நபர் எந்த வகையிலும் இவனைப் போல் இல்லை. ஏறக்குறைய பெண் சாயலுடன் வெளிறிய கண்களும் அடர்த்தியான தலைமுடியும் கொண்டிருந்தான். புருவத்தைக் கொஞ்சம் நெருக்கியிருந்தான். உதட்டோரத்தில் லேசானதொரு இறுக்கம். ஒத்துபோகக்கூடிய உடலுக்குத் தேவையான அம்சங்களில், உடலமைப்பு,

உடல் சுற்றளவு, ரத்த வகை, ஒவ்வாமை, முக அமைப்பு நிச்சயமாக இடம்பெறவில்லை. தற்செயலான ஒற்றுமைகளில் இவை அடங்கவில்லை. அந்த உருவத்திற்குப் பதிலாகச் சங்கடமான வகையில் கடுமையான கட்டுப்பாடுகளுடன் அவன் உலவுகிறான். அந்த உருவத்தைப் பார்த்து ஸ்தம்பித்துப்போன செதெரீக், அதில் ததும்பிவழியும் வெகுளித்தனத்தின் அழகை அனுபவிக்கத் தவறவில்லை. அதேசமயம், அந்த நபர் மீது ஏறக்குறைய எரிச்சலடையும் அளவு இனம் புரியாத கோபமும் அவனுக்கு ஏற்பட்டது. தன் காதலனின் உயிருள்ள உடலை ஆட்கொள்ளும் போதெல்லாம் அந்நியமான தலையுடனான அனைத்துத் தொடர்பையும் போர்வையின் ஒரு பகுதியால் மறைத்துவிடுவாள். இப்புதிரான காதல் களியாட்டத்தின் ஓரத்தில் இருப்பதாக உணர்ந்த செதெரீக், தன் மூளையின் மடிப்புகளில் அதன்மூலம் ஒரு சுகம் உண்டாவதை அனுபவித்தான்.

வெற்றுடம்புடன், தோள்களைக் காட்டியபடி இருந்த அலெஸான்திரோவின் படம் ஒன்று அவனை வெறுப்படைய வைத்தது. அவனை ஆட்கொண்ட அப்படம், அவனது இருப்பையே முழுமையாக மறக்கும் அளவுக்குப் பாதித்தது. வெற்றிடம் அல்லது ஆழமான நீர்நிலைகளின் மீது ஏமாற்றமடைந்தவர்கள் கொள்ளும் அருவருப்பைப் போன்ற நிலை அது. தலை ஒன்றும் மற்றொருவரின் தலையற்ற உடலும் சேர்ந்து நிகழ்த்தும் கோர விளையாட்டு, தலையைக் கிறுகிறுக்க வைப்பதாகும். இனி அவனுடைய விதியில் வாழ்வதற்கான வழி இல்லை. அவன் உயிருடன்தான் இருக்கிறானா? எலும்பும் சதையும் கொண்ட பலிபீடம் ஒன்றின் மீது அவனுடைய தலை முடிவின்றி உருண்டு கொண்டிருந்தது. உடற்கூற்றின் அடிப்படையில் தன்னுள் பாயும் அடர்த்தியான குருதி, இன்ன பிற திரவங்கள் ஆகியவற்றுடன் அவன் வேறு ஒரு நபர்தான். இதயத்துடிப்பின் தாளகதியையும், பதற்றங்களையும் அவன் மேல் திணித்ததன்மூலம், அந்த வேறு ஒருவனாக மாறிவிட்டான். பைத்தியம் பிடிக்க வைத்துவிடும் குழப்பத்தில் இருந்த செதெரீக், இத்தகைய கொடுங்கனவிலிருந்து எப்படித் தப்பிப்பது என யோசித்தான். ஓவியக்கண்களைக் கொண்ட இக்காதல் விதவையின் கருத்த கைகளில் மென்மையாக இருக்கும் அவனுடைய தழும்பு, அவன் தடவும்போது அச்சம் தரக்கூடியதாக இருக்கிறது.

ஒருமுறை காலணிகள் வைக்கும் அட்டைப்பெட்டி ஒன்றில், பழைய செய்தித்தாள்கள் இருப்பதைக் கண்டான். சில முழுமையாகவும் மற்றவை வெட்டப்பட்ட துண்டுகளாகவும் இருந்தன. தன் காதலனின் விபத்து குறித்து, *கொத்திதியான் தி சிச்சிலியே* (சிசிலிய தினசரி) நாளிதழில் இடம்பெற்றிருந்த செய்தித் துணுக்குகளை அவள் பாதுகாத்து வைத்திருந்தாள். மோட்டார் பைக் ஓட்டும் உடையிலும், கத்தான் மருத்துவமனை ஒன்றின் அவசர சிகிச்சைப் பிரிவின் ஸ்டிரெச்சரிலும் என அந்த நபரின் புகைப்படம் வெளியிடப்பட்டிருந்தது. செய்தித்தாள்களின் ஒவ்வொரு துணுக்கையும் கவனமாகப் படித்தான். கடந்த ஆண்டு ஜூலை 7ஆம் நாள், எரிமலைக்கும் கடலுக்கும் இடையில் உள்ள கடலோரச் சாலையொன்றில் அலெஸான்திரோ பிரான்ஸி அடிபட்டுள்ளான். அதாவது, உறுப்புச் சிகிச்சைக்கு முந்தைய நாள் இரவு. அவசர ஊர்திமூலம்

பிரின்ஸிபெசா ஜொலாந்தா மருத்துவமனைக்கு கொண்டுவரப்பட்ட அவனைப் பரிசோதித்த அறுவைச்சிகிச்சையாளர்களால் அவனுக்கு மூளைச்சாவு ஏற்பட்டுவிட்டது என்பதை மட்டுமே சொல்ல முடிந்தது. வழக்கமானதொரு விபத்து. மோட்டார் பைக்கில் சென்றவன் குடிபோதையில் இருந்துள்ளான். அவனுடைய ரத்தத்தில் கணிசமான அளவு ஆல்கஹால் இருந்துள்ளது கண்டுபிடிக்கப்பட்டது. மற்றுமொரு பெட்டியிலிருந்து அடையாள அட்டை போன்ற ஆவணங்கள் சிலவற்றைச் செதெரீக் வெளியே எடுத்தான். அதில் காலாவதியான கடவுச்சீட்டு இருந்தது. அதில் உயரம், கண்களின் நிறம், பிறந்த இடம் ஆகிய தகவல்கள் தவிர, அருகில் உள்ள துனிஸியா நாட்டிற்குச் செல்ல இரண்டு விசாக்களும் இருந்தன. செய்தித்தாள்களில் உள்ளதைவிடத் தெளிவாக இருந்த புகைப்படம் மனதளவில் மட்டும் அவனைப் பாதிக்கவில்லை. தழும்பில் அதிக அரிப்பு ஏற்பட்டு உடலளவிலும் அவனைப் பாதித்தது.

அவன் ஆராய்ந்துகொண்டிருந்ததைப் பார்த்துவிட்டு, *"நோன் எ கிராஸியேஸோ, ஸிஞ்ஞோரே!"* (இது சரியில்லை சார்!) என அனந்தா கத்தியது அவனை அதிர்ச்சியடையச் செய்தது. அப்போதுதான் அந்த அறைக்கு அவள் திரும்பியிருந்தாள்.

அறைக்கதவை மூடியவள், பரபரப்பான முகத்துடன் காணப்பட்டாள். பிரான்ஸிலிருந்து வந்துள்ள பெண் செய்தியாளர் ஒருவர் அவனை நகரத்தில் தீவிரமாகத் தேடும் ரகசியத்தை அவனிடம் சொல்லாமல் தவிர்த்தாள். இந்தத் தொழிற்சாலையின் வாசலுக்கு வந்தவளை, ஏதோ திருடவந்தவளை விரட்டுவதுபோல், உள்ளே விடாமல் தான் தவிர்த்து விட்டதையும் அவள் தெரிவிக்கவில்லை. கை நிறைய பத்திரிகைத் துணுக்கு களோடு இருந்த செதெரீக், கைகளை விரித்தபடி அனந்தா பக்கமாகத் திரும்பினான். திடீரென, கொடிய பார்வையுடைய இந்த நரி, இவளைச் சேர்ந்தவர்கள் ஆகியோரின் கையில் அவன் விதி உள்ளது என்று அவனுடைய உள்ளுணர்வு உணர்த்தியது. எத்தகைய எந்திரத்தனமான எதிர்ப்பார்ப்பு களுடன், நோக்கங்கள் திசைமாறி இவளிடம் வந்துசேர்ந்தான்? எங்கிருந்து வந்துள்ளான் என்று இவனுக்கே தெரியவில்லை. இவனுடைய எஞ் சிய நினைவுகளையெல்லாம் ஒரு கடும் காய்ச்சல் மூழ்கடித்துவிட்டது. பாரீஸ், ஜெனீவா, ரோம் என அவனுடைய நினைவின் பிரமாண்டமான அமைப்புகளெல்லாம் நொறுங்கி விழுந்துவிட்டன. அவனைச் சுற்றியுள்ள அவை அனைத்தும் அழிந்துவிட்டன. இத்தீவை விட்டு அவனால் ஒருநாளும் வெளியேற முடியாது. லோர்னாவைப் பொறுத்தவரை, உருவமற்று நிஜம் என உறுதியாகச் சொல்ல முடியாமல், அவனுள் ஒரு ஏக்கமாக மட்டுமே வாழ்கிறாள். திடீரெனத் தொழிற்சாலையின் எந்திரக் கருவிகள், தரையை அதிரவைக்கும் சப்தத்தை நிறுத்திக்கொண்டன. இரவின் ஆழத்திலிருந்தோ அவனுடைய உடலின் ஆழத்திலிருந்தோ இனந்தெரியாத பாடல் ஒன்று கேட்டது.

இரவின் அமைதி அவன் காதருகில் மூச்சிரைத்தபோது, 'உன் ஊமை நெஞ்சில் பாதுகாக்க வேண்டியது' எனும் குரல் கேட்பதை உணர்ந்தான்.

ஒரு கோப்பையில் ஷியாந்தி மதுவை ஊற்றிக்கொண்டு, அந்தப் பெண், "உங்களைக் கொல்ல அவர்கள் வந்துகொண்டிருக்கிறார்கள்" என்று வேகவேகமாக முணுமுணுத்தாள். *"பாதிரி எ ஃபிலீயி"* (அப்பாக்களும் பிள்ளைகளும்), ஒரே குடும்பத்தைச் சேர்ந்த அவர்கள் அதற்காகவே அமர்த்தப்பட்டவர்கள். உடனடியாக இப்போதே புறப்பட்டாக வேண்டும். அவர்கள் கைகளில் சிக்கிக்கொள்ளாத அளவு எவ்வளவு முடியுமோ அவ்வளவு தூரத்திற்கு நீங்கள் பறந்துவிட வேண்டும்.

சோர்வான கண்களுடன் பதட்டத்தோடு இருந்த அனந்தா, சற்று முன்தான் காலியான கோப்பையை மீண்டும் நிரப்பிக் குடித்துவிட்டு ஒருவித விரக்தியில் சிரித்தாள். இறந்துபோன ஒருவனை வெறித்தனமாக விரும்பக்கூடிய சாத்தியம் இருப்பதால் ஏன் அவனைக் கொன்றுவிடக் கூடாது? கைகள் நடுங்கத் தொடங்கின. கண்களைக் கண்ணீர் மறைத்தது.

"அலெஸான்திரோ, நோனாய் மாய் பேவூத்தோ உனா கோச்சா தி அல்கோல், மாய், மாய்..." (அலெஸான்திரோ நீ இதுவரை குடித்ததில்லையே, ஒருபோதும் குடித்ததில்லையே!)" என்று அவள் ஆச்சரியப்பட்டாள்.

பின்னிகழ்வு

எப்போதும்போல், தகவல்களை முனைப்புடன் சேகரிக்கும் பிரிவில் அவனுக்கான இருக்கையில் ஸ்வென் கெய்ஸ்லெர் அமர்ந்திருந்தான். உலகெங்கிலுமிருந்து குவிந்துவரும் அன்றைய செய்திகளை அவனுக்கேயுரிய துல்லியமான ஆனால் ரகசியமான முறையில் மறுபதிவு செய்துகொண்டிருந்தான். ஆர்வக்கோளாறில் அவன் செய்த சிறு தவறுகளை எந்தவொரு செய்தி நிறுவனத்தின் பத்திரிகை யாளரும் கண்டுபிடிப்பதில் அக்கறை காட்டவில்லை. அவனுடைய கவனத்தை அப்போது பறந்த காக்கைக் கூட்டம் ஒன்று திசை திருப்பவே, இத்தாலியன் புல்வாரில் உள்ள துத்தநாகக் கூரைகளின் மீது பார்வையைச் செலுத்தினான். ஒளிவெள்ளத்தின் கீழ் தொடர்ந்து பொழியும் கனத்தமழை அவற்றைக் கண்ணாடிபோல் பிரகாசிக்க வைக்கிறது. அவனுடைய கணினித்திரையிலும் அண்மைச் செய்திகள் மழையாய்ப் பொழிந்தவண்ணம் இருந்தன.

> *“மாற்று உறுப்பில் காணப்படும் அதே பயன்களுடன் ஓர் உயிர் மின்னணுவியல் (பையோனிக்) கையை ஆஸ்திரியக் குழு ஒன்று உருவாக்கி முடித்துள்ளது. மூளைக்குக் கட்டுப்படும் இந்தக்கை அன்றாட வாழ்வின் பல வேலைகளுக்கு உதவக்கூடியது. பேராசிரியர் அஸ்மானின் பார்வையில், 1997ஆம் ஆண்டு முதல் கடைபிடிக்கப்படும் கையின் உறுப்பு மாற்றுச் சிகிச்சையைக் காட்டிலும், இத்தகைய உயிர் மின்னணுவியல் தயாரிப்பில் அபாயம் குறைவாக இருக்கும். காரணம், உறுப்பு மாற்றுச் சிகிச்சையின் காரணமாக நோய் எதிர்ப்பைக் குறைக்க வல்ல அதிகம் சக்திவாய்ந்த மருந்துகளை உட்கொள்வது அவசியம். இதன் விளைவாகச் சிகிச்சை பெறுபவரை சிலநேரங்களில் மீண்டும் ஒருமுறை அறுவைச்சிகிச்சைக்கு உட்படுத்தவும் நேர்ந்துவிடும்.*
>
> *டெப்கோ நிர்வாகி வெளியிட்டுள்ள அறிவிப்பின்படி, பேரழிவு நடந்த நாளிலிருந்து பதிவான எண்ணிக்கையை விட நூறு மடங்குவரை அதிகமான கதிரியக்க அளவுடன் மேலும் ஒரு கதிரியக்க நீர்க் கசிவு, ஜப்பானின்*

ஃபுக்குஷிமாவில் உள்ள அணுஉலை மையத்தில் இன்று காலை ஏற்பட்டிருப்பது கண்டுபிடிக்கப்பட்டுள்ளது.

மெகா பிளான்க் என்னும் செயற்கைக்கோளின் உதவியுடன், வான் இயற்பியல் ஆய்வாளர்கள் (AIM), CEA-IRFU எனும் அமைப்பான துகள்கள் இயற்பியல் பிரிவு ஆகியவற்றின் ஆய்வாளர்கள் அடங்கிய சர்வதேசக் குழு ஒன்று இதுவரை அறிந்திராத பண்புகளுடைய கோடிக்கணக்கான நட்சத்திரக் கூட்டத் தொகுதிகளை மெகா—பிளான்க் செயற்கைக்கோள் உதவியுடன் அண்மையில் கண்டுபிடித்துள்ளது. நம்மிடமிருந்து வெகு தூரத்தில், கோடிக்கணக்கில் அமைந்துள்ள இந்த விண்மீன் தொகுதிகள், பிரபஞ்சத்தில் உருவாகக்கூடியத் தொகுதிகளிலேயே மிகப் பெரியதாக இருக்க வேண்டும். நட்சத்திரக் கூட்டங்களின் வெப்பக் காற்று அண்டத்தில் நுண் கதிர்வீச்சால் ஏற்படுத்திய சுவடை வைத்தே இத்தகைய புதுவிதமான விண்மீன் தொகுதிகளை, வான் இயற்பியல் வல்லுநர்கள் கண்டுபிடிக்க முடிந்தது. 5இலிருந்து 10 கோடி ஒளி ஆண்டுகள் தூரத்தில், மெகா—பிளான்க் உதவியுடன் ஒரு சதுரத்தில் கண்டுபிடிக்கப்பட்ட 389 நட்சத்திரக் கூட்டங்களில் பெரும்பாலானவை இதுவரை யாரும் அறிந்திராதவை.

இரவுபகலாக ஊடக எந்திரங்களில் உருவாகும் செய்தி அறிக்கைகள் எனும் பெரிய கலைக்களஞ்சியத்தில் பரவலாக வந்து குவியும் கட்டுரைகள், செய்திகள் ஆகியவற்றில் காணப்படும் மலைக்க வைக்கும் வேறுபாட்டைக் கண்டு ஒருவித வருத்த உணர்வோடு ஸ்வென் பெருமூச்சு விட்டான். இதுபோன்ற பணியில் சாதாரண உதவியாளருக்குளன்ன பங்கு இருக்க முடியும்? எப்போதாவது வார்த்தை ஒன்றை மாற்றும் போது வேண்டுமானால் கொஞ்சம் வேடிக்கையாக இருக்கும்.

பின்டியுஸ் நிறுவனம் தயாரித்த இத்தாலிய பாரம்பரிய உணவு வகையான லாசாஞாக்களில் மாட்டு மாமிசத்திற்குப் பதிலாக மனித மாமிசம் இருந்ததாகக் கண்டுபிடிக்கப்பட்ட சம்பவம், இங்கிலாந்தில் பரபரப்பை ஏற்படுத்தவே வெள்ளிக்கிழமையன்று குற்றச்சாட்டுக்கு உள்ளான இந்த உணவு வகைகளைப் பிரான்ஸிலும் பெல்ஜியத்திலும் திரும்பப்பெற வேண்டிய அவசியம் ஏற்பட்டது. மனிதர்களை உன்னதமாகக் கருதும் அந்த நாட்டில் மனித மாமிசத்தை உட்கொள்வது சமூகத்தால் விலக்கப்பட்டதாகும். சந்தேகத்திற்குரிய உணவு வகைகளைத் தயாரித்த கடிழெல் நிறுவனத்தின் தலைவர், இங்கிலாந்தில் விற்பனையான பின்டியுஸ் லாசாஞாவில் கண்டுபிடிக்கப்பட்ட அதிக அளவிலான மனித மாமிசம் (100 சதம் வரை) ருமேனிய தயாரிப்பாளர் ஒருவரிடமிருந்து வருகிறது எனத் தெரிவித்தார். திமிசோரா பகுதியில் உள்ள இறைச்சிக்கூடத்திலிருந்து அவை வருவதாகவும், அங்குதான் மாட்டு மாமிசத்தோடு மனித மாமிசமும் வெட்டப்பட்டுத் துண்டு போடப்படுவதாகவும் அவர் மேலும் தெரிவித்தார்.

ஆனால், பிரிட்டன் பிரதமர் டேவிட் கேம்ரூனைப் பொறுத்தவரை, "மிகவும் அதிர்ச்சியளிக்கக்கூடிய இச்சம்பவம் பொறுத்துக்கொள்ள

முடியாதது." புருய்க்சேல் நகரத்திலிருந்து தன் கருத்தை வெளியிட்ட அவர், இது 'நம்பகத்தன்மை' குறித்த பிரச்சினையை எழுப்பியுள்ளது என்றார். இங்கிலாந்தில், இச்சம்பவம் கலாச்சாரக் கோணத்திலும் அணுகப்படுகிறது. பிரான்ஸிலும் சுவிட்சர்லாந்திலும் அதன் மென்மைத் தன்மைக்காக அதிகம் பிரசித்திபெற்றது. அந்த நாடுகள் போலன்றி பிரிட்டன் சந்தையில் மனித மாமிசம் சாதாரணமாகக் கிடைப்பதில்லை. நடைப் போட்டியை நடத்துவதில் ஒப்பற்ற நாடான இங்கிலாந்தில், விலங்குகளுக்கு வழங்கப்படும் பிரித்தானிய உயர்ந்தபட்ச விருது விக்டோரியா கிராஸ். இதைப் பெற்றவர்களுள் முக்கியமானவர்களில் ஒருவராக மனிதன் கருதப்படுகிறான்.

இவ்வாறு சொற்களை மாற்றியமைத்து இச்சம்பவத்தைச் செய்தியாக்கித் தன் சக ஊழியரான வானிலைச் செய்தியாளர் மிஷேலேவுக்கு அனுப்பி வைக்க ஆயத்தமானபோது, கணினித் திரையில் ஒரு செய்தி தோன்றியது. பலேர்மோவிலிருந்து அனுப்பி வைக்கப்பட்டிருந்த அச்செய்தி அவன் இதயத்தைத் தாக்கியது. "முழுமையான உறுப்புத் தானம் பெற்ற முதல் நபரின் பரிதாப முடிவு" என்பதைப் பற்றி அவனுக்கு எந்தக் கவலையும் இல்லை. ஆனால், லோர்னா, லோர்னா! வாழ்க்கையில் காதலிக்க நினைத்த ஒரே பெண் இல்லாமல் ஒரு நாள்கூட எப்படி உயிர் வாழ முடியும்?" அவன் சுதாரித்துக்கொண்டாலும், கண்கள் ஏற்கெனவே வறண்டுவிட்டன. பத்திரிகை நிறுவனத்தால் உலகின் எல்லாப் பகுதிகளுக்கும் சென்றுவர நியமிக்கப்பட்ட மகத்தான நிருபர்; கோஸா நோஸ்திராவாக இருப்பினும், அவர்களின் பிடியில் சிக்கக்கூடிய பெண் இல்லையே அவள். ஒரு வித எதிர்பார்ப்போடு நடுங்கும் விரல் கொண்டு செய்திகளைத் தொடர்ந்து ஓடவிட்டான்.

மருத்துவ ஆய்வுலகினர், பணம் படைத்தவர்கள் ஆகியோரிடையே, முழுமையான உடல் உறுப்பு தானம் பெற்றவரும் அவருடைய காதலியும் கொல்லப்பட்டுள்ள சம்பவம் பெரும் அச்ச உணர்வை ஏற்படுத்தியுள்ளது. சிசிலியக் கடற்கரைச் சாலை ஒன்றில், ஆல்ஃபா ரோமியோ வாடகைக்காரில், அண்மையில் இறந்துபோன வசதி படைத்த சுவிட்சர்லாந்து தொழிலதிபரின் ஒரே வாரிசான செதெரீக் அலீன் வெபெர்சன் கொடூரமான முறையில் வெட்டப்பட்டுக் கிடந்தார். இவர் கடந்த ஜூன் 30 முதல் தன் பாரீஸ் இல்லத்திலிருந்து காணாமல் போயிருந்தார். இத்தாலிய மாஃபியாவான லா ஸ்திதாவுக்கு இக்கொலையில் பங்கிருக்கலாம் எனும் சந்தேகம் ஒருபுறமிருக்க, இந்த இரட்டைக் கொலைக்கான காரணங்கள் இன்னும் விளங்கவில்லை. உள்ளூர் மாஃபியாவின் பணயக்கைதியாகச் செதெரீக் அலீன் வெபெர்சன் இருந்துள்ளானா? அவனுக்குரிய சிறப்பு மருந்துகள் இல்லாமல் அவன் உயிர் பிழைத்திருக்க முடியுமா? அடிக்கடி நிகழ்வதுபோல் பணயத்தொகை கிடைக்காததால் அவனைப் பிடித்து வைத்துள்ளவர்களால் கொலைசெய்யப்பட்டானா? மேலும், உறுப்புத் தானம் பெற்றவரின் காதலியான லோர்னா லீரின் தொடர்பு குறித்தும் விசாரணை நடைபெற்று வருகிறது. செதெரீக்

அலீன் வெபெர்சனைக் கொலை செய்யும் முயற்சியில் மருந்துத் தொழிற்சாலைகள் அடங்கியக் கூட்டம் ஒன்று ஈடுபட்டு வருவதாகக் கொலையுண்ட இந்தப் பெண் பத்திரிகையாளர் வெளிப்படையாகக் குற்றஞ்சாட்டியிருந்ததை மறந்துவிட முடியாது. இச்சம்பவம் நடந்த முந்தையநாள் இரவு, கத்தானியாவின் பன்னாட்டு விமான நிலையத்தில் வந்து இறங்கியபோது, பிரின்ஸிபேசா ஜொலான்டா மருத்துவமனையின் மயக்கவியல் பெண் செவிலியர் ஒருவரின் (பெயர் தவிர்க்கப்பட்டுள்ளது) வாக்குமூலத்தைப் பதிவுசெய்து தகவல் மற்றும் கருத்துத் தெரிவிக்கும் இணையதளம் ஒன்றில் லோர்னா வெளியிட்டுள்ளாள். இந்த வாக்குமூலத்தில், துயிரேனில் நடந்த அறுவைச்சிகிச்சைக்கு இரண்டு நாட்களுக்கு முன் மோட்டார் சைக்கிள் விபத்தில் சிக்கிய ஒருவர் அவசர சிகிச்சைப் பிரிவிற்குக் கொண்டுவரப்பட்டதாகவும், அவருடைய உடலில் வெளிப்படையான காயம் எதுவும் காணப்படவில்லை என்றும் தெரிவித்திருந்தாள். மாறாக, புரோஃபோல் அல்லது எட்டோமிடேட் வகை மயக்கவியல் மருந்தின் தாக்கத்தில் மயக்க நிலையில் இருந்ததுபோல் காணப்பட்டதாகவும், பின்னர் மோசமானதொரு அறுவைச்சிகிச்சைக்குப் பின் மூளைச்சாவு அடைந்துவிட்டதாக அறிவிக்கப்பட்டதாகவும் அந்தப் பெண் செவிலியர் கூறியிருந்தார். ஆல்ஃபா ரோமியோ காரின் இருக்கையில் தலையில் குண்டு துளைத்த நிலையில் கிடந்த பெண் பத்திரிகையாளரின் காலடியில், வெட்டிக் கொல்லப்பட்ட உடல் தானம் பெற்றவரின் தலை மட்டும் கிடக்குமாறு கொலை செய்யப்பட்ட விதத்திற்கும் இந்த வாக்குமூலத்தில் உள்ள தகவல்களுக்குமான தொடர்பு என்னவாக இருக்கும் என்று இன்னமும் புலப்படவில்லை. ஒருவேளை பணயத்தொகையைச் செலுத்த முடியாத சூழ்நிலையில், வர்த்தக உலகிற்கு நெருக்கமான தொடர்புடையவர்களால் அமர்த்தப்பட்ட மேலிடத்தில் உள்ள கொலையாளிகளுக்கும் பணயமாக இருவரையும் பிடித்து வைத்தவர்களுக்குமிடையில் ஏற்பட்ட ரகசிய உடன்படிக்கையாக இருக்கலாம் எனவும் சந்தேகிக்கப்படுகிறது. யூரோபோலும், இத்தாலிய குற்றப்புலனாய்வுத்துறையும் சேர்ந்து, நாளுக்கு நாள் அதிகரித்துவரும் இப்புதிரை விடுவிக்க விசாரணை மேற்கொண்டுவருகின்றனர்.

“நம்ப முடியாதது” என ஸ்வென் கத்தினான்.

அதிகம் பேசும் இந்தப் பெண் செவிலியர், மாஃபியா, மனித வேட்டை, பணயமாகப் பிடித்து வைத்திருப்பவரை விடுவிப்பதற்குப் பதிலாகக் கொலை செய்யக் கூடுதல் பணம் பெறும் கடத்தல்காரர்கள் என இந்தக் கதை முழுவதும் நம்பும்படியாக இல்லை! எந்தச் செய்தியையும் அனுப்புவதற்கு முன்பாக அது பொருத்தமானதாகவும் நம்பகத்தன்மை உடையதாகவும் உள்ளதா என்பதை உறுதிப்படுத்த வேண்டியது செய்தி நிறுவனத்தில் அவன் ஆற்ற வேண்டிய சிறு பணிகளில் ஒன்று இல்லையா? இந்தச் செய்தியில் சிறிதளவும் நம்பகத்தன்மைக்கு இடமில்லை என அவன் நினைத்தான்.